இரணியன்

முகிலை இராசபாண்டியன்

PEN BIRD™
PUBILCATIONS

+91 8220063246 | penbirdpublications@gmail.com | www.penbird.in

இரணியன்
முகிலை இராசபாண்டியன்©

Iraniyan
Muhilai Rajapandian©

முதல் பதிப்பு - ஜூலை 2024
PB #28   - இலக்கியம்   ISBN: 978-81-972856-0-8
வடிவமைப்பு - நா.கௌசிகன்   Rs. 150

Printed by: Real Impact Solutions, Chennai – 600 004.

இந்நூலின் எந்தவொரு பகுதியையும் ஆசிரியர் மற்றும் பதிப்பாளரின் எழுத்து பூர்வ அனுமதியின்றி அச்சு மற்றும் மின்னணு வழியே நகல் எடுப்பது, ஒலிப்பதிவு செய்து வெளியிடுவது, துண்டுப் பிரசுரமாக அச்சிட்டு வெளியிடுவது போன்ற செயல்கள் பதிப்புரிமைச் சட்டத்தின்படி தடை செய்யப்பட்டுள்ளது.

பொருளடக்கம்

என்னுரை		5
1.	இரணியன்	9
2.	காசியப முனிவர்	11
3.	இரணியனின் ஆற்றல்	13
4.	இரணியன் பெற்ற இறவா வரம்	16
5.	இரணியனின் மகன் பிரகலாதன்	18
6.	ஆசிரியனும் இரணியனும்	22
7.	பிரகலாதன் சொன்ன நாராயண மந்திரம்	24
8.	இரணியனின் சீற்றம்	26
9.	திருமால் பெருமையைப் பிரகலாதன் கூறுதல்	30
10.	பிரகலாதனைக் கொல்லச் சொல்லுதல்	38
11.	நெருப்பில் தள்ளச் சொல்லுதல்	40
12.	எண் வகை நாகப்பாம்புகளை ஏவுதல்	42
13.	எட்டுத்திசை யானை முன் விடுதல்	44
14.	கல்லைக் கட்டிக் கடலில் தள்ளுதல்	46
15.	திருமாலிடம் பிரகலாதன் வேண்டுதல்	48
16.	நஞ்சு கொடுத்தல்	50
17.	இரணியனும் பிரகலாதனும்	53
18.	பிரகலாதனின் வஞ்சினம்	57
19.	சிங்கத்தின் சிரிப்பொலி	59
20.	நரசிங்கத்தின் தோற்றம்	61
21.	அசுரர்களை அழித்த நரசிங்கம்	63
22.	இரணியனின் போரும் வீழ்ச்சியும்	66

23.	தேவர்கள் அச்சம் நீங்கித் தோன்றுதல்	70
24.	பிரகலாதனுக்கு முடிசூட்டல்	73
25.	இரணியன் வரலாறும் கம்பனும்	77
26.	இரணியனின் காலச் சூழ்நிலை	79
27.	கந்தபுராணமும் இரணியனும்	81
28.	பாவேந்தர் படைத்த இரணியன் அல்லது இணையிலா வீரன்	83
29.	இரணிய வதைப் பரணி	85
	குமரிக்கண்டமும் இரணியனும்	86

என்னுரை

கம்பராமாயணத் தொடர் சொற்பொழிவினைக் 'கேளிர் இலக்கிய முற்றம்' என்னும் இலக்கிய அமைப்பில் ஒவ்வொரு திங்கள் கிழமையும் ஏழு மணிக்கு நடத்துகிறேன். அந்த நிகழ்ச்சி தற்போது 177ஆம் நிகழ்ச்சியாக நடைபெற்றுக்கொண்டிருக்கிறது. இந்தக் கம்பராமாயணத் தொடர் சொற்பொழிவினைத் தமிழ்நாட்டிலும் உலக நாடுகளிலும் நன்கு அறிமுகமான கண.சிற்சபேசன் அவர்கள் 22.02.2021 அன்று தொடங்கிவைத்தார்கள். தற்போதுதான் இது யுத்த காண்டத்தைத் தொட்டிருக்கிறது.

கம்பராமாயணத்தை நான் ஓர் இலக்கியத் தொடர் சொற்பொழிவாகவே நிகழ்த்துகிறேன். அதனால், கம்பனின் இலக்கிய நெஞ்சமும் தமிழ்ப்பற்றும் சமயப் பொறுமையும் எனக்கும் சொற்பொழிவில் பங்கேற்றோருக்கும் தெள்ளத்தெளிவாகப் புரிந்துள்ளன. எங்கெல்லாம் வாய்ப்புக்கிடைக்கிறதோ அங்கெல்லாம் தமிழையும் தமிழினத்தையும் கம்பன் போற்றியுள்ளான். எவ்வளவு முடியுமோ அந்த அளவிற்குத் தமிழ்ச் சொற்களைப் பயன்படுத்தியுள்ளான்.

முதல் நூல் ஒன்றைப் பின்பற்றிப் படைக்கவேண்டிய கட்டாயம் இருந்த காரணத்தால், அந்த முதல் நூலின் கருத்தை ஒட்டியே காப்பியத்தைப் படைக்கும் நிலை ஏற்பட்டது. இந்தச் சூழலிலும் இரணியனின் வரலாற்றைத் தெளிவாக விவரிக்கவேண்டும் என்று 176 பாடல்களில் இரணிய வதைப் படலத்தைப் படைத்துள்ளான்.

விருத்தப்பாவில் அமைந்துள்ள இந்த இரணியனின் வரலாற்றை ஓரளவுக்குத் தெளிவாக உரைநடையில் படைக்கவேண்டும் என்னும் என் எண்ணத்தின் வெளிப்பாடாகவே இந்த நூல் வெளிவருகிறது. ஓரளவிற்கு இரணியன் தொடர்பான கருத்துகள் பலவற்றையும் திரட்டி இந்த நூலில் தருவதற்கு முயன்றிருக்கிறேன்.

இரணிய வதைப் பரணியைப் பற்றிய குறிப்பையும் பாவேந்தர் பாரதிதாசன் படைத்துள்ள இரணியன் நாடகம் பற்றிய விளக்கத்தையும் இந்த நூலில் தந்துள்ளேன். மேலும், கந்தபுராணத்தில் சூரனின் மகனாக ஓர் இரணியன் இடம்பெற்றுள்ள தன்மையையும் குறிப்பிட்டுள்ளேன்.

இவ்வாறாக இரணியன் பற்றிய ஓர் முழுமையான நூலாக இந்த நூலை உருவாக்க முயற்சி செய்துள்ளேன். என்றாலும் இனிவரும் காலங்களில் இரணியன் தொடர்பான தகவல்கள் கிடைத்தால் அவற்றையும் இணைத்து வெளியிடும் எண்ணம் உள்ளது. மிகவும் நீண்டநாள் எடுத்துக்கொண்டால் நூல் உருவாக்கம் தடைபட்டுவிடும் என்று கால எல்லை வகுத்துக்கொண்டு இந்த நூலை உருவாக்கியுள்ளேன்.

இந்தப் புத்தகத்தில் பயன்படுத்தப்பட்டுள்ள பாடல்களில் கம்பராமாயணத்தின் தொடர் எண்கள் கொடுக்கப்பட்டுள்ளது. அண்ணாமலைப் பல்கலைக்கழகம் மூன்றாம் பதிப்பாக 2010ஆம் ஆண்டில் வெளியிட்டுள்ள கம்பராமாயண நூலில் உள்ளபடி பாடல் எண்கள் தரப்பட்டுள்ளன.

இந்த நூலின் உருவாக்கம் நிறைவடைந்ததும், இரணியன் வரலாற்றைத் தாங்கள் நூலாக வெளியிட வேண்டும் என்று பென்பேர்டு (Pen Bird) பதிப்பகத்தின் உரிமையாளர் திரு.நா.கௌசிகன் அவர்களிடம் தெரிவித்தேன். அதனை உடனே வெளியிடுவதற்கு ஏற்பாடு செய்கிறேன் என்று சொன்னதுடன் உடனே இந்நூலை வடிவமைத்து வெளியிட்டு உதவியுள்ளார். பொறியியல் படித்த திரு.நா.கௌசிகன், பதிப்புத்துறையில் பல புதிய சிகரங்களைத் தொடுவார் என்னும் நம்பிக்கை, அவரது ஒவ்வொரு வெளியீட்டிலும் வெளிப்பட்டுக்கொண்டிருக்கிறது. அவருக்கு என் நன்றி.

எனது எல்லா முயற்சிகளுக்கும் ஊக்கம் வழங்கிவரும் தமிழ்த்தொண்டர் அ.வே.செல்லப்ப ரெட்டியார் அவர்களுக்கு என் நன்றியைத் தெரிவித்துக்கொள்கிறேன். எனது எல்லாக் கருத்திலும் அவருக்கு உடன்பாடு இல்லை என்றாலும் ஏதோ காரணத்தினால்

நான் சொல்கிறேன் என்று ஏற்றுக்கொள்ளும் மனப்பக்குவம் கொண்டவர். அவருக்கு மீண்டும் என் நன்றி! இந்த நூலின் ஆக்கத்திற்குத் துணைபுரிந்த கவிஞர் பொருநை மாயன், இயற்கை வேளாண் அறிவியலாளர் மகேந்திர எம்.மணிவாசன் உள்ளிட்ட அறிஞர் பெருமக்களுக்கு என் நன்றி! கம்பராமாயணத் தொடர் சொற்பொழிவுக்குத் தொடர்ந்து திங்கள்கிழமை தோறும் வருகை தந்துகொண்டிருக்கும் இலண்டனில் வாழும் இசைக்கலைமணி சிவராஜினி, கவிஞர் இல.சாந்தா உள்ளிட்ட அனைவருக்கும் என் நன்றி! ஞாலம் இலக்கிய இயக்கத்தின் நண்பர்கள், தலைநகர்த் தமிழ்ச் சங்க நண்பர்கள் அனைவருக்கும் என் நன்றி!

முகிலை, குமரி
629701

நட்புடன்
முகிலை இராசபாண்டியன்
09.06.2024

இரணியன்

இரணியன் என்னும் பெயரில் இருவர் வாழ்ந்துள்ளனர். ஒருவன் இராமாயணத்தில் சொல்லப்படும் இரணியன் என்னும் அசுரன். இன்னொருவன் கந்தபுராணத்தில் சூரனுக்கு மகனாக அறியப்படுகிறான். இந்த இருவருக்கும் கொள்கையில் பெரிய வேறுபாடு உள்ளது. மூன்றாவதாக 'இரணிய முட்டம்' என்னும் நாடு ஒன்று மதுரைக்கு அருகில் சங்க காலத்தில் இருந்துள்ளது. தற்போது உள்ள அழகர் மலை, அதனைச் சுற்றியுள்ள பகுதிகளைக்கொண்ட நாடாக இருந்துள்ளது. இரணிய முட்டத்து 'பெருங்கௌசிகனார்' என்னும் புலவர் இந்த அடைமொழியுடன் அறியப்படுகிறார். இவர்தான் 'மலைபடுகடாம்' என்னும் பத்துப்பாட்டு நூலினைப் படைத்த புலவர்.

கந்தபுராணத்தில் இடம்பெறும் இரணியன் என்பவனைப் பற்றி இந்தப் பகுதியின் நிறைவில் பார்க்கலாம். இப்போது இராமாயணத்தில் இடம்பெற்றுள்ள இரணியன் பற்றிக் காண்போம். இந்த இரணியனை இணையிலா வீரன் என்று பாவேந்தர் குறிப்பிட்டு ஒரு நாடக நூலைப் படைத்துள்ளார். அந்நூலின் தலைப்பு, இரணியன் அல்லது இணையிலா வீரன் என்பதாகும்.

இரணியன் குமரிக்கண்டத்துப் பகுதியில் ஆட்சி செய்த பெருவீரன். இவனது வழிவந்தோரில் ஒருவன்தான் சூரன். குமரிக்கண்டத்துக்கு உட்பட்ட ஒரு பகுதியை ஆட்சி செய்த சூரனும் அவனுடைய தம்பி தாரகன், சிங்கமுகன் ஆகியோரும் அசுரர்களில் புகழ்பெற்றவர்கள்.

சுரர் என்னும் சொல் தேவகுலத்தைச் சேர்ந்தவர்களைக் குறிக்கும். சுரர் என்னும் சொல்லுக்கு முன்னால் அ என்னும் எழுத்தைச் சேர்த்தால் அசுரர் என்னும் சொல் கிடைக்கும். சுரர் என்போர் தேவகுலம் என்பதைப்போல் அசுரர்களை அசுரகுலம் என்று குறிப்பிட்டுள்ளனர். தேவகுலத்தைச் சேர்ந்தோர் சுரபானம் என்னும் மதுவை அருந்தியுள்ளனர். அசுரர், சுரபானம் என்னும் மதுவை அருந்துவதில்லை. வேறு வகையான மதுவை அருந்தியுள்ளனர்.

தொன்மக்கூற்றின்படி சுரர் என்னும் தேவகுலத்தார்க்கும் அசுரகுலத்தார்க்கும் தந்தையார் ஒருவரே. தாயார் மட்டுமே வேறு வேறு.

காசியப முனிவர்

காசிபர் என்றும் காசியபர் என்றும் இவரைக் குறிப்பிடுகிறார்கள். மரீசி என்னும் முனிவரின் மகனாகப் பிறந்தவர் என்றும் அறிகிறோம். மரீசி முனிவர் பிரம்மாவின் மகன்களில் ஒருவர். இந்த மரீசி முனிவர், கலை என்னும் பெண்ணை மணந்து வாழ்ந்தார். இவர்களின் இல்லறத்தின் பயனாக காசியப முனிவரும் பூர்ணிமா என்னும் மகளும் பிறந்தனர்.

தட்சன் என்னும் மன்னனின் பதின்மூன்று பெண்களையும் காசியப முனிவர் திருமணம் செய்தார். அதிதி, திதி, கத்ரு, வினதா, தனு, முனி, அரிட்டை, சுரசை, சுரபி, தாமிரா, குரோதவசை, இரா, விஷ்வா என்னும் பெண்களைத் திருமணம் செய்ததுடன் மேலும் பதங்கி, யாமினி என்னும் இரண்டு பெண்களையும் சேர்த்துப் பதினைந்து பெண்களைத் திருமணம் செய்துள்ளார்.

காசியப முனிவருக்கும் அதிதிக்கும் பிறந்த குழந்தைகள், தேவர்கள் எனப்பட்டனர். காசியப முனிவருக்கும் திதிக்கும் பிறந்த குழந்தைகள் அசுரர்கள் எனப்பட்டனர். இவை எல்லாம் புராணத்தின் வழி நாம் அறியவரும் செய்திகள். இவற்றை அப்படியே ஏற்றுக்கொள்ளாமல் அறிவுக்கு உட்படுத்தியே நாம் ஏற்றுக்கொள்ளவேண்டும். அந்தக் காலத்தில் புராணம் படைத்தோர் அதீத கற்பனையுடன் படைத்துள்ளனர். அவற்றில் அறிவுக்குப் பொருந்தாதவை அதிகமாக இருந்த காரணத்தால் புராணத்தையே ஒதுக்கும் நிலை ஏற்பட்டுவிட்டது. மேலும் புராணங்களைப் படைத்தோர் பிற்காலத்தைச் சேர்ந்தவர்கள் என்ற காரணத்தால்

பண்டைய நாகரிகத்தின் இருப்பிடமானக் குமரிக்கண்டம் பற்றிய அறிவும் தெளிவும் அவர்களுக்கு இல்லாமல் போய்விட்டது. அதனால் தீவில் வாழ்ந்தவர்களை எல்லாம் அவர்கள், பாதாள உலகத்தில் வாழ்ந்தவர்களாகக் கற்பனை கலந்து படைத்துவிட்டார்கள்.

காசியபருக்கும் திதிக்கும் பிறந்தவர்கள் இரணியாட்சனும் இரணிய கசிபு என்னும் இரணியனும். இரணியாட்சனை, வராக அவதாரத்தில் திருமால் அழித்ததாக விஷ்ணு புராணம் தெரிவிக்கிறது. அதன்படியே நரசிம்மாவதாரத்தில் இரணியனை அழித்ததாகவும் விஷ்ணு புராணம் தெரிவிக்கிறது. இரணியனுக்குப் பின்னர் அசுரகுலத்தில் தோன்றிவயர்கள்தான் சூரனும் இராவணன் முதலானோரும். இராவணனே பல போர்களில் திருமாலைத் தோற்றோடச் செய்துள்ளான். உண்மை இப்படி இருந்தாலும் புராணம் படைத்தோர் திருமாலைத் தெய்வநிலைக்கு உயர்த்திக் காட்டியுள்ளனர்.

இரணியனின் ஆற்றல்

பிரம்மனிடம் வேதப்பொருள்கள் அனைத்தையும் கற்றதுடன் பல்துறை அறிவு பெற்றவனாக விளங்கியவன் இரணியன். மேலும், பிரம்மனிடமே பல வரங்களையும் பெற்றுள்ளான். இங்கே வரங்கள் என்பதெல்லாம் பலவகையான திறன்கள் என்று நாம் புரிந்துகொள்ள வேண்டும். சிவன், திருமால் ஐம்பூதங்கள் ஆகிய அனைவரும் பெற்றிருக்கும் ஆற்றலை எல்லாம் ஒருவனாகவே பெற்றவன் இரணியன்.

இரணியன் தன் சுற்றத்தார் சூழ்ந்திருக்க இந்த உலகத்தையும் மேலுலகத்தையும் அடக்கி ஆண்டான். உலகம் முழுவதிலும் அண்டத்திற்கு அப்பாற்பட்ட பகுதியிலும் இரணியன் என்னும் பெயரை அவன் நிலைநாட்டியிருந்தான். அதனால் அவனையே எல்லோரும் இறைவன் எனப் போற்றினர். தேவேந்திரன் மூன்று மூர்த்திகள் என்னும் பெருமைபெற்ற சிவன், திருமால், பிரம்மன் என்னும் மூவரும் மற்ற தேவர்களும் வணங்கிட வாழ்ந்து வந்தான்.

தனது இரண்டு கைகளால் இரண்டு யானைகளைப் பிடித்து ஒன்றோடொன்று மோதச்செய்யும் அளவிற்குத் தோள் வலிமை கொண்டவன் இரணியன். இந்த உலகத்தில் உள்ள ஏழு கடல்களையும் தமது காலளவாகக்கொண்டு கடந்துசெல்லும் பேராற்றல் பெற்றவன். தான் குளிப்பதற்கு இந்த ஆற்றுநீர் போதாது என்று அதில் நீராடமாட்டான். கடல்நீர் உப்புத்தன்மையுடையது என்று அதிலும் நீராடமாட்டான். மழைநீரில் குளிர்ச்சிப் போதாது என்று அதிலும் நீராடமாட்டான். தான் நீராடுவதற்கு என்று விண்ணைப் பிளந்து விண்ணிலிருந்து அருவிகொட்டச் செய்து

அதில் நீராடும் இயல்பு உடையவன் இந்த இரணியன். அவ்வாறு அந்த விண்நீரில் நீராடுவதை அவன் தனது நாள்தோறும் ஆற்றும் கடமைகளுள் ஒன்றாக வைத்திருந்தான்.

இரணியன், பேரரசனாக மேரு மலையின்மேல் வீற்றிருந்தான். இந்த மேருமலை என்பது இப்போது இல்லாத மலை. ஆனால், குமரிக்கண்டத்து மலைகளுள் ஒன்றாக இருந்துள்ளது. இதைப்போன்றே மகேந்திர மலை, மந்தர மலை முதலானவையும் குமரிக்கண்டத்து மலைகளே ஆகும்.

சந்திரன் தனது விமானத்தில் பவனி வருகிறான் என்றும் சூரியன் தனது தேரில் விரைந்து வருகிறான் என்றும் நம்புகிறோம். அத்தகைய விமானத்தையும் தேரையும் கொண்டவன் இந்த இரணியன். எனவே, சூரியனின் கடமையும் சந்திரனின் கடமையும் இரணியினின் கட்டுப்பாட்டுக்குள் உள்ளன என்று பொருள். நிலம், நீர், நெருப்பு, காற்று ஆகியவற்றிற்குப் பொறுப்பான தேவர்களின் வலிமையை அழித்து அவற்றிற்கெல்லாம் இரணியனே பொறுப்பாளனாக இருந்து இயக்குகிறான்.

சிவனின் ஐந்தெழுத்தையும் திருமாலின் எட்டெழுத்தையும் தவிர்த்து, வேறு எல்லா இடங்களிலும் இரணியனின் பெயரே நிலைத்தது. அந்தணர் செய்யும் வேள்வியின் வழியாக வழங்கும் இறைப்பாகத்தை எல்லாம் பெறும் தகுதியையும் இரணியனே பெற்றான். கம்பன் கூறும் இதே கருத்தை இரணிய வதைப் பரணியில்,

அரண் இயன்றன் அகல் வேள்வி
ஆகுதி செய் புவி அனைத்தும்
இரணியனது எனும் வார்த்தை
இந்நெடுநாள் கேட்டிலையோ
எட்டெழுத்தும் அஞ்செழுத்தும்
ஈரேழு புவியனைத்தும்
கட்டுரைக்கை தவிர்த்த பெருங்
கட்டாண்மை கேட்டிலையோ.

(இரணிய வதைப் பரணி)

என்னும் இரண்டு தாழிசைகளிலும் அவிர் பாகத்தை இரணியன் பெற்றதையும் உலகம் முழுவதும் இரணியன் என்னும் பெயரை

நிலைநாட்டியதையும் இரணிய வதைப் பரணி ஆசிரியர் பாடியுள்ளார்.

மூன்று தேவர்களும் தங்கள் கடமையான படைத்தல், காத்தல், அழித்தல் என்னும் தொழிலைத் தன்னிச்சையாகச் செய்ய இயலவில்லை. இரணியனுக்குக் கட்டுப்பட்டே செய்யவேண்டிய நிலை ஏற்பட்டது. இந்திரன் முதலான தேவர்கள் அனைவரும் இரணியனின் பாதத்தில் நாள்தோறும் அர்ச்சனை செய்தனர். பகல் முழுவதும் தேவர் உலகத்திலும் நாகர் உலகத்திலும் வாழ்ந்து வரும் இரணியன், இரவில் பிரம்மனின் சத்தியலோகத்தில் இருப்பான்.

தேவர்களும் அசுரர்களும் அமுதம் கடைந்த வேளையில் பயன்படுத்திய மந்தர மலையைத் தனது, கைத்தாங்கலுக்கான கம்பாக வைத்திருந்தான். அந்த மந்தர மலையால் தனது தோள்வலிமையைத் தாங்க இயலவில்லை என்று அதனைத் தள்ளிவிட்டான். சூரியன் தோன்றும் மலையையும், மறையும் மலையையும் தனது இரு காதுகளில் குண்டலமாக அணிந்துகொண்டான். பிரம்மன் முதலான ஆசிரியர்கள் எல்லோரும் இரணியனின் பெயரையே போற்றிப் பாடினர்.

அவன் இந்தப் பூமியில் கால்வைத்தால் அவனது வலிமையை ஆதி சேஷன் தாங்க இயலாமல் தடுமாறுவான். நிமிர்ந்து நின்றால் அவனது தலை அண்டத்தின் மேற்கூரையை இடிக்கும். அவன் நகர்ந்தால் ஐம்பெரும்பூதங்களும் அவனது உடலினால் ஈர்க்கப்படும் அளவிற்கு வலிமை கொண்டவனாக விளங்கினான் இரணியன்.

இரணியன் பெற்ற இறவா வரம்

எந்தப் பெண்ணினாலும் இரணியனை வெல்லமுடியாது. எந்த ஆணினாலும் இரணியனை வெல்லமுடியாது. ஆணும் பெண்ணும் அல்லாத திருநங்கையராலும் இரணியனை வெல்லமுடியாது. வேறுள்ள, உயிருள்ள பொருள்களாலும் உயிரற்றப் பொருள்களாலும் இரணியனை வெல்லமுடியாது. கண்ணுக்குத் தெரியும் பொருள்களாலும் கண்ணுக்குத் தெரியாத நுண்பொருள்களாலும் இரணியனை அழிக்கமுடியாது. மண்ணிலும் விண்ணிலும் என்னும் இடங்களில் அவனை யாரும் கொல்லமுடியாது என்னும் வரத்தை அவன், பிரம்மனிடம் பெற்றுள்ளான்.

பெண்ணின், பேரெழில் ஆணினின்,
அலியினின், பிறிதின்
உள்நிற்கும் உயிர் உள்ளதின்
இல்லதின் உலவான்
கண்ணில் காண்பன கருதுவ
யாவினும் கழியான்
மண்ணில் சாகிலம், வானினும்
சாகிலன் வரத்தால். [6329]

என்று இரணியன் பெற்ற வரத்தின் தன்மையையும் இரணியனின் அழிக்க இயலாத் தன்மையையும் கம்பன் பாடியுள்ளான்.

தேவர்களால் இரணியனை வெல்ல இயலாது. எங்கும் இயங்கும் வல்லமை கொண்ட இயக்கர்களாலும் இரணியனை

வெல்ல இயலாது. சிவன், பிரம்மா, திருமால் என்னும் மும்மூர்த்திகளாலும் இரணியனை வெல்ல முடியாது.

நீரினால் அவனைக் கொல்லமுடியாது, நெருப்பினால் அவனைக் கொல்லமுடியாது, காற்றினால் அவனைக் கொல்லமுடியாது, நிலைபேறுடைய மண்ணில் உள்ள எந்தப் பொருளாலும் அவனைக் கொல்லமுடியாது. தேவர்கள், முனிவர்கள் இடும் சாபத்தாலும் அவனைக் கொல்லமுடியாது. இந்தச் சாபம் எதுவும் இரணியனைச் சென்று சேரும் ஆற்றல் கொண்டவை அல்ல.

அவனை மாளிகையின் உள்ளே வைத்து கொல்லமுடியாது, வெளியே வைத்தும் கொல்லமுடியாது, தெய்வத்தன்மை பொருந்திய ஆயுதங்களாலும் அவனைக் கொல்லமுடியாது, நள்ளிரவிலும் கொல்லமுடியாது, பகலிலும் கொல்லமுடியாது. எமனே உயிரைக் கவர வந்தாலும் அவனால் இரணியனின் உயிரைக் கவர்ந்து செல்ல முடியாது.

> உள்ளில் சாகிலன், புறத்தினும்
> உலக்கிலன், உலவாக்
> கொள்ளைத் தெய்வ வான் படைக்கலம்
> யாவையும் கொல்லா,
> நள்ளில் சாகிலன், பகலிடைச்
> சாகலன் நமனார்
> கொள்ளச் சாகிலன், ஆரினி
> அவன் உயிர் கொள்வார்? (6332)

இப்படி எவராலும் எக்காலத்திலும் எங்கும் கொல்லமுடியாத அவனை, இனிமேல் யாரும் கொல்ல இயலாது என்று தெளிந்த நிலையில் கம்பன் பாடியுள்ளான்.

ஐம்பூதங்களாலும் நான்கு வேத மந்திரத்தாலும் இரணியனைக் கொல்ல இயலாது. இரணியனைப் பெற்ற தந்தையே அவனைக் கொல்வதற்குத் துணிந்து வந்தாலும் கொல்ல இயலாது. இப்படி எவராலும் எதனாலும் கொல்லமுடியாத நிலையுடையவன் இரணியன்.

இரணியனின் மகன் பிரகலாதன்

இரணியன் நீலாவதி என்னும் பெண்ணைத் திருமணம் செய்து வாழ்ந்து வந்தான் என்று இரணியன் நாடகத்தில் பாரதிதாசன் தெரிவித்துள்ளார். இந்த நீலாவதி என்னும் பெயரைத்தான் கே.எஸ்.கோபாலகிருஷ்ணன் இயக்கிய தசாவதாரத் திரைப்படத்திலும் பயன்படுத்தியுள்ளார். ஆனால் புராணங்களின்படி 'கயாது' என்பவள் இரணியனின் மனைவி என்று அறியமுடிகிறது.

பிரகலாதனை, நீலாவதி கருவுற்றிருக்கும்போது அவனுக்கு நாராயண மந்திரத்தை நாரத முனிவர் போதித்தார் என்று விஷ்ணுபுராணம் தெரிவிக்கிறது. அதனால்தான் உலகில் உள்ளோர் அனைவரும் இரணியனின் திருப்பெயரைப் போற்றிப்புகழும் வேளையில் பிரகலாதனுக்கு நாராயணனின் பெயரைப் போற்றும் எண்ணம் தோன்றியது என்று அறியமுடிகிறது.

பிரகலாதன் அறிவில் தெளிவுபெற்றவன். வேதம் முழுமையையும் கற்று உணர்ந்தவன். தத்துவப்பொருள்களை எல்லாம் நன்கு அறிந்தவன். நல்லறங்களைத் தெளிவாகக் கற்றிருந்தான். எல்லா உயிர்களிடமும் இரக்கம் கொண்டு விளங்கினான்.

பிறக்கும்போதே கல்வியறிவுடன் பிறந்திருந்த பிரகலாதனுக்கு, மேலும் கல்வியறிவைக் கொடுக்க விரும்பினான் இரணியன். எனவே, அந்தணன் ஒருவனை அவனுக்கு ஆசிரியனாக நியமித்தான். அந்த அந்தணர் எங்கே தங்கியிருக்கிறாரோ அங்கேயே தங்கி, கல்வி கற்கும் மரபு அந்தக் காலத்தில் இருந்தது. எனவே, பிரகலாதன் அங்கே சென்றான்.

கல்வியைத் தொடங்குவதற்கு ஆசிரியன் எல்லா ஏற்பாடுகளையும் செய்தபின், கல்வியைத் தொடங்குவதற்கு முன்னர், உனது தந்தையின் பெயரைச் சொல் என்றான். அதனைக் கேட்டதும் தனது காதுகளைப் பிரகலாதன் பொத்திக்கொண்டான். இறைவனின் பெயரைச் சொல்லாமல் என் தந்தையின் பெயரைச் சொல்லச்சொல்வது முறையாகாது என்ற பிரகலாதன், நாராயணனின் பெயரைச் சொன்னான்.

ஓதப்புக்கு அவன் 'உந்தைபேர்
உரை' எனலோடும்
போதத் தன்செவித் தொளை
இருகைகளால் பொத்தி,
'மூதக்கோய்! இது நற்றவம்
அன்று' என மொழியா
வேதத்து உச்சியின் மெய்ப்பொருள்
பெயரினை விரித்தான். [6337]

'ஓம் நமோ நாராயணாய' என்று உரைத்த பிரகலாதன் உள்ளம் உருகி அமர்ந்திருந்தான். தனது இரு கைகளையும் தலைக்குமேல் குவித்து வணங்கினான். அதனைக்கண்ட அந்தணன் அச்சம் கொண்டான். இரணியனுக்கு நாராயணன் பகைவன். அவனது பெயரை இரணியனது மகனே சொல்கிறான் என்று அறிந்ததும் அந்த ஆசிரியனால் தாங்கிக்கொள்ள முடியவில்லை. தான் கற்பித்ததாக அல்லவா மன்னவர் நினைப்பார் என்று எண்ணியதால் மேலும் அச்சம் கொண்டான்.

எல்லாத் தேவர்களும் உன் தந்தையாரின் பெயரைச் சொல்லியபடி போற்றுகிறார்கள். இப்படி இருக்கும்போது நீ எப்படி அந்த நாராயணனின் பெயரைச் சொன்னாய். நீயும் கெட்டழிவதுடன் அல்லாமல் என்னையும் கெட்டொழியச் செய்கிறாய் என்று கோபம் கொண்டான். 'நீ ஏன் இப்படிக் கூறுகிறாய்?' என்று கேட்டான் அந்த ஆசிரியன்.

'முழுமுதல் பொருளாகிய நாராயணனின் பெயரைச்சொல்லி நான் நற்கதிப் பெற்றேன். அந்தப் பெயரைச் சொன்னக் காரணத்தால் என் தந்தையாருக்கும் நற்கதி கிடைக்கும். தங்களுக்கும் நற்கதிதான் கிடைக்கும். இப்படி எல்லோருக்கும் நன்மை கிடைக்கும் நாராயணனின் பெயரைச் சொன்னதில் என்ன தவறு இருக்கிறது?' என்று திருப்பிக் கேட்டான் பிரகலாதன்.

என்னை உய்வித்தேன், எந்தையை
உய்வித்தேன், நினைய
உன்னை உய்வித்து, இவ்வுலகையும்
உய்விப்பான் அமைந்து
முன்னை வேதத்தின் முதற்பெயர்
மொழிவது மொழிந்தேன்!
என்னை குற்றம் நான் இயம்பியது?
இயம்புதி! என்றான்! (6340)

தவறு இருந்தால் சொல்லுங்கள் என்று பிரகலாதன் கேட்டதற்குப் பதில் உரையைக் கூறினான் ஆசிரியன். 'எல்லாத் தேவர்க்கும் இறைவன் உன் தந்தையார். அந்தத் தேவர்க்கு எல்லாம் முதல்வராகிய மும்மூர்த்திக்கும் இறைவன் உன் தந்தையார். அந்த இரணியனின் பெயரைச் சொல்வதற்குக் கற்பிக்கும் கடமையைச் செய்யும் அந்தணன் நான். என்னைவிடவும் உனக்கு அதிகம் தெரியுமோ? இந்தப் பெயரைச்சொல்லி என்னைக் கெடுக்கப் பார்க்கிறாய்' என்றான் ஆசிரியன்.

வேதம் கற்பிக்கும் ஆசிரியன் கூறியதைக் கேட்டதும் பிரகலாதன், 'மும்மலங்களுக்கும் (மும்மலம் - ஆணவம், கன்வம், மாயை) அப்பாற்பட்டவனும் இந்த உலகத்தின் ஆதியானவனும் ஆன திருமாலின் பெயர் அல்லாமல் வேறு எந்தப் பெயரையும் நான் அறியவில்லை. வேறு பெயர் எதையும் நான் சொல்லவேண்டியதுமில்லை. என்னுடைய அறிவிற்குத் தாங்கள் எதுவும் உரைக்க வேண்டியதும் இல்லை' என்றான்.

'வேதத்தின் முடிவாக விளங்குபவன் திருமால். அந்தத் திருமால் என் உள்ளத்தின் உள்ளே கோவில் கொண்டுள்ளான். அந்தத் திருமாலின் திருப்பெயரைவிடவும் வேறு எந்தப் பெயரையும் நான் பெரியப் பெயராகக் கருதவில்லை. அப்படி நான் அறியாத பெயர் எதுவும் இருந்தால் அதை எனக்குக் கற்பியுங்கள்' என்றான்.

'அந்தணர் ஓதும் வேதப்பொருள் யாரைக் கூறுகிறதோ, கற்றோர் எந்தப்பெயரை ஆய்ந்து அறிந்துள்ளார்களோ, உபநிடதங்கள் எந்தப்பெயரை முடிந்த முடிபாகவும் முழுமுதல் பெயராகவும் சொல்லியுள்ளதோ, தேவரும் முனிவரும் எந்தப் பெயரைச் சொல்கிறார்களோ அந்தப் பெயர் அல்லாதம் வேறு எதுவும் இருக்கிறதோ?

வேதத்தாலும் யாகத்தாலும் தத்துவ அறிவாலும் வேறு எந்தப்பொருளாலும் பெறற்கரிய பெரும்பெயரை நான் பெற்றுள்ளேன். காதில் நான் கேட்க விரும்புவதும் வாயால் சொல்ல விரும்புவதும் திருமாலின் பெயரே ஆகும். அதுவல்லாமல் வேறு ஏதேனும் பெரும்பொருள் இந்த உலகில் உள்ளதோ?

காட்டில் உள்ள பெரிய மலையில் கலைமானின் தோலை உடுத்தியபடி தலைமயிரை மொட்டையடித்தும் சடைமுடி தரித்தும் தவம் செய்யும் தவசிகள் அடையும் வீடுபேற்றினைவிடவும் சிறந்த பெரும்பதம் தருவது திருமாலின் திருப்பெயர் ஆகும். இந்தப் பெயருக்கு அப்பால் நான் வேறு எதையும் தேடிப்பெற வேண்டியுள்ளதோ?

தன் திருவடியால் இந்த உலகத்தை அளந்தவன் திருமால். அந்தத் திருமாலின் அன்பர்கள், வேதப்பொருளைத் தங்கள் காதுகளில் கேட்கவில்லை என்றாலும் வேதப்பொருள் அனைத்தையும் தாமாகவே பெற்றுவிடுவார்கள். அவர்கள் பாடல் இயற்றும் பெரும்புலவராகவும் திகழ்வார்கள். அவர்களே மெய்ப்பரம்பொருளைக் காணும் வல்லமைப் பெற்றவர்கள் ஆவார்கள்.'

இவ்வாறெல்லாம் திருமாலை உயர்வாகச் சொன்ன பிரகலாதன், அவனுக்குக் கற்பிக்கும் ஆசிரியனையும் திருமாலின் திருப்பெயரைச் சொல்வதுதான் சிறப்புடையது என்றான்.

'எனக்கும் நான்முகனுக்கும் தங்களுக்கும் தனிப் பெருந்தலைவனாகத் திருமாலே இருக்கிறான். எனவே தங்களுக்கும் திருமாலின் திருப்பெயரைத் தவிர வேறு எந்தப்பெயரும் சிறந்த பெயர் இல்லை' என்றான்.

ஆசிரியனும் இரணியனும்

யாருடைய பெயரைச் சொல்லக்கூடாது என்று இருந்தானோ அந்த ஆசிரியனையும் திருமாலின் பெயரைச் சொல்லவைக்கும் அளவிற்கு அறிவுப்பூர்வமான உண்மைகளை எல்லாம் எடுத்துரைத்தான் பிரகலாதன். எனவே, இதற்குமேலும் இந்தச் செய்தியை நாம் மன்னர் மன்னனான இரணியனிடம் எடுத்துரைக்கவில்லை என்றால் தனக்கு இன்னல் ஏற்படுவது உறுதி என்று உணர்ந்தான் அந்த ஆசிரியன். மன்னனின் மகனது இந்தச் செயல் நம்முடைய உயிரைப்போக்குவது உறுதி என்று உணர்ந்து, இரணியனை நோக்கி ஓடினான்.

இரணியனின் முன்னால் வந்து, "தங்கள் மகன், ஆசிரியனாகிய என்னுடைய உரையைக் கேட்க மறுக்கிறான். வேதத்தைச் சொல்லச்சொன்னால், வேதம் எல்லாம் எனக்கு முன்பே தெரியும். புதிதாகத் தெரிந்துகொள்வதற்கு எதுவும் இல்லை என்கிறான். மேலும், தீமை தரும் சொற்களையே தொடர்ந்து சொல்கிறான்" என்றான்.

"அந்தணர்கள் ஏற்றுச்சொல்லாத எந்தச்சொல்லை அவன் சொல்கிறான் என்பதைச் சொல்" என்றான் இரணியன்.

"மன்னர் பெருமானே! தங்கள் மகன் சொன்ன சொற்களை நான் சொன்னால், நரகத்திற்குச் செல்வது உறுதி. என் காதுகளில் பாம்பு நுழைந்தால் எனக்கு எப்படி இருக்குமோ அப்படி இருக்கிறது. அவன் சொல்லும் சொற்களை நான் சொன்னால் என் நாக்கு வெந்துபோகும்" என்றான்.

உரகம் அன்ன சொல் யான்
உனக்கு உரைசெயின், உரவோய்!
நரகம் எய்துவென், நாவும் வெந்து
உகும் என நவின்றான்.   [6352]

என்று ஆசிரியன் சொன்னதைக் கேட்டதும் இரணியன், அருகிலிருந்த காவலனை அழைத்தான். காவலன் அருகில் வந்ததும் "உடனே சென்று பிரகலாதனை அழைத்து வா..!" என்றான்.

தந்தையின் கட்டளை என்று காவலன் சொன்னதும் விரைந்து வந்தான் பிரகலாதன். அவன் தனியே வரவில்லை. அவனது நெஞ்சில் பதிந்திருக்கும் திருமாலின் துணையுடன் வந்தான் என்றும், நெஞ்சில் திருமாலை மதிக்காத இரணியன் துணையில்லாமல் நின்றான் என்றும் கம்பன் கூறியுள்ளான்.

பிரகலாதன் சொன்ன நாராயண மந்திரம்

பிரகலாதனைப் பார்த்ததும் பாசத்துடன் அருகில் அழைத்தான் இரணியன். அவனைத் தனக்குப் பக்கத்தில் அமர்த்தி, "நீ, ஆசிரியனிடம் சொன்ன சொற்களைச் சொல், மகனே!" என்றான்.

"ஓ..! அந்தப் பெயரா? இந்த உலகத்தின் தொடக்கத்திலிருந்தே அந்தப் பெயர் இருக்கிறது. தேவர்கள் முதலான எல்லோர்க்கும் தலைவனின் பெயர். அந்தப் பெயரை உணர்ந்தாலும் அந்தப் பெயரைக் கேட்டாலும் அந்தப் பெயரை நினைத்தாலும் அந்தப் பெயரை உரைத்தாலும் நாம் நமது துன்பத்திலிருந்து விடுபடுவோம் அப்பா" என்றான் பிரகலாதன்.

சுருதி ஆதியில் தொடங்குறும் எல்லையில் சொன்ன
ஒருவன், யாவர்க்கும் நாயகன் திருப்பெயர், உணரக்
கருதக் கேட்டிடக் கட்டுரைத்து இடர்க்கடல் கடக்க
உரிய மற்று இதின் நல்லது ஒன்றுமில் என உரைத்தான்.

(6355)

"அந்தத் திருப்பெயரைவிடவும் வேறு எந்தப் பெயரும் உயர்ந்த பெயர் இல்லை அப்பா!" என்று தொடர்ந்து சொன்னான் பிரகலாதன்.

பிரகலாதன் அசுரர் குலத்தில் தோன்றியவன். ஆனால், அவனது பழக்கவழக்கங்கள் எல்லாம் தேவ குலத்தைப்போல் அமைந்திருந்தது. ஆனால், நாம் நியமித்த ஆசிரியன், பொருந்தும் கல்வியையே கற்பித்திருப்பான். பிரகலாதன் சொல்லும் சொல்லானது ஏற்றுக்கொள்ளத்தகாதது என்றாலும் கேட்டுத் தெரிந்துகொள்வோம் என்று எண்ணினான் இரணியன்.

பிரகலாதனைப் பார்த்து, "அந்தப் பெயரைச் சொல்... சொல்..!" என்றான்.

"அப்பா, அந்தப் பெயரை நாம் சொன்னால் இந்தப் பிறவியில் நாம் விரும்பியது எல்லாம் கிடைக்கும். அந்தப் பெயரைச் சொன்னால் நல்ல வீடுபேறு கிடைக்கும். வேள்வியின் பொருள்களை எல்லாம் நாம் அடையச் செய்வதும் அந்தப் பெயர்தான். அந்தப் பெயரைச் சொல்லுகிறேன் கேளுங்கள். அதுதான் 'நமோ நாராயணாய' என்பது என்றான்.

**காமம் யாவையும் தருவதும், அப்பதம் கடந்தால்
சேம வீடுறச் செய்வதும் செந்தழல் முகந்த
ஓம வேள்வியின் உறுபதம் உய்ப்பதும், ஒருவன்
நாமம்! அன்னது கேள், நமோ நாராயணாய. (6357)**

என எட்டெழுத்து மந்திரத்தைச் சொன்னான். "இந்த மண்ணிலும் விண்ணிலும் உள்ள எண்ணிலா உயிர்களும், நிற்பனவும் நடப்பனவும் இந்தப் பொருளில் அடங்கியுள்ளன. இந்தப் பெயரில்தான் மெய்யுணர்வு அடங்கியிருக்கிறது. இதைத்தவிர சிறந்த பெயர் எதுவும் இல்லை" என்று நாராயண மந்திரத்தின் பெருமையை எடுத்துச் சொன்னான்.

"மூன்று கண்கொண்ட சிவன், பிரம்மன், மண்ணுலக மக்கள் என யாராக இருந்தாலும் இந்த மந்திரத்தை மறந்துவிட்டால் அவர்கள் நற்கதியை மறந்தவர்கள் ஆகிவிடுவார்கள் அப்பா! இந்த மந்திரத்தை உணர்ந்து ஓதுவோர் மட்டுமே இதன் உட்பொருளை உணர்ந்துகொள்ள முடியும்" என்றான்.

"அப்பா! பிறவி என்னும் பெருங்கடலில் நாம் நீந்த இயலாமல் துன்பத்தில் வருந்துகிறோம். அந்தப் பிறவிக்கடலைக் கடக்க உதவும் கப்பலாக இந்த நாராயண மந்திரம் உள்ளது. எப்படிப் பட்டவரும் இந்த மந்திரத்தைச் சொன்னால் நன்மையை அடைவார்கள். வேதத்தின் எல்லையாகவும் மெய்ப்பொருளாகவும் இதுதான் இருக்கிறது. இதைவிடவும் சிறந்த மெய்ப்பொருள் எதுவும் எங்கேயும் கிடையாது."

"தங்களுக்கும் எனக்கும் இந்த உலகத்தில் உள்ளோர் எல்லோருக்கும் நல்லறிவு தருவது என்று நன்றாக ஆராய்ந்து கண்ட மந்திரம் இதுவாகும்" என்று தனது தந்தையைப் பார்த்து, தங்களுக்கும் நல்லறிவு தருவது நாராயண மந்திரம் என்று சொன்னான்.

இரணியனின் சீற்றம்

பிரகலாதன் சொன்னதைக் கேட்டதும் இரணியன் சீற்றம் கொண்டான். தனது பாசத்திற்குரிய மகனது வாயிலிருந்து வந்த நாராயண மந்திரத்தை அவன் எதிர்பார்க்கவே இல்லை. அசுரர் குலத்தின் பகைவன் திருமால் என்று எல்லோருக்கும் இரணியன் எடுத்துரைத்துக்கொண்டு இருக்கிறான். ஆனால் அவனது மகன், அவனிடமே நாராயண மந்திரத்தின் பெருமையைச் சொன்னதும் திகைத்து நின்றான். இந்தச் சிறுவனுக்கு இந்த நாராயணா என்னும் சொல்லைக் கற்றுக்கொடுத்தவர் யார் என்று அறிந்துகொள்ள ஆர்வம் கொண்டான். அதைப் பிரகலாதனிடமே கேட்டான்.

"இந்த மண்ணிற்கும் விண்ணிற்கும் என்றைக்கு நான் தலைவன் ஆனேனோ அன்று முதல் அந்தப் பெயரைச் சொன்ன வாயையும் நினைத்த நெஞ்சையும் சுட்டுப் பொசுக்கவேண்டும் என்பது என் ஆணை. அந்த ஆணைப்படி யாரும் அந்தப் பெயரைச் சொல்வதும் இல்லை, சொல்ல நினைப்பதும் இல்லை. அப்படி இருக்கும்போது அந்தப் பெயரை நீ சொல்கிறாய் என்றால் திரைமறைவில் ஏதோ சதி இருக்கிறது என்பது எனக்குத் தெரிகிறது. இந்தப் பெயரைச் சொல்லும்படி உனக்குச் சொன்னவன் யார்?" என்று கேட்டான் இரணியன்.

அற்றை நாள் முதல் யான் உள நாள்வரை அப்பேர்
சொற்ற வாயையும் கருதிய மனத்தையும் சுடும், என்
ஒற்றை ஆணை! மற்று யார் உனக்கு இப்பெயர் உரைத்தார்?
கற்றது ஆரொடு? சொல்லுதி விரைந்து எனக்
கனன்றான். [6362]

யார் கற்பித்தார் என்று கேட்டதும் அங்கே நின்றுகொண்டிருந்த ஆசிரியனுக்கு உடல் நடுங்கியது. நான் கற்பிக்கவில்லை எனச் சொல்வதற்குத் தயங்கியபடி நின்றான்.

"முனிவர்களும், தேவர்களும் இந்த மூன்று உலகத்திலும் உள்ளவர்களும் மற்றும் எல்லோரும் எனது பாதத்தைத் தொட்டு வணங்குகிறார்கள். அனைவரும் போற்றுவதும் என் திருப்பெயரைத்தான். மகனே! உனது வாயால் நீ சொன்ன பெயரைச் சொல்வதற்கு நான் சொன்ன இவர்கள் எல்லோரும் அஞ்சுவார்கள். இந்தப் பெயரை உனக்குக் கற்பித்தவர் யார்?" என்று கேட்டான் இரணியன்.

"நீ சொன்ன அந்தப் பெயரை உடையவன் என்னுடன் போருக்குப் பலமுறை வந்தான். ஆனால், ஒவ்வொருமுறையும் அவன் வரும் கருடனைப்போல் விரைவாகப் போய் மறைந்துகொள்வான். இப்போதும் கடலுக்குள் எங்கேயோ மறைந்திருக்கிறானாம். அங்கே அவன் தூங்குவதுபோல் இருக்கிறானாம். அவனுடைய பெயரைச் சொன்னால் எல்லா நன்மைகளும் கிடைக்கும் என்று உனக்குச் சொன்னது யார்?"

மறங்கொள் வெஞ்செரு மலைகுவார்
பல்முறை வந்தான்,
கறங்கு வெஞ்சிறைக் கலுழன்தன்
கடுமையின் கரந்தான்,
பிறங்கு தெண்திரைப் பெருங்கடல்
புக்கு, இன்னம் பெயராது
உறங்குவான் பெயர் உறுதி என்று
ஆர் உனக்கு உரைத்தார்? **[6364]**

"நம் குலத்தில் தோன்றிய முன்னோர் பல்லாயிரக்கணக்கானோர் நீ சொன்ன அவனால் கொல்லப்பட்டிருக்கிறார்கள். இந்தக் கடல் மண்ணை எண்ணினாலும் எண்ணமுடியும். ஆனால் இறந்துபோன நம் முன்னோரை நம்மால் எண்ணமுடியாது. எலிக்குப் பகை பாம்பு என்பது எல்லோருக்கும் தெரியும். எலியானது அந்தப் பாம்பின் பெயரை ஓதிக்கொண்டிருந்தால் எலிக்கு ஏதேனும் நன்மை கிடைக்குமா என்றால் கிடைக்காது. அந்தக் கேடனின் பெயரை உனக்கு உரைத்தவன் யார்?"

"மகனே! என் தம்பி இரண்யாட்சனைப் பற்றிக் கேள்விப்பட்டிருக்கிறாய் அல்லவா? இந்தப் பதினான்கு

உலகங்களையும் அடக்கும் ஆற்றல் பெற்றவன் அவன். அவனை நீ சொன்ன பெயருக்கு உடையவன், பன்றி வடிவெடுத்துக் கொன்றான். அப்படிப்பட்ட அந்தக் கொடியவனின் பெயரைச் சொல்வதற்காகவா நான் உன்னைப் பெற்றேன்?”

ஏனம் ஒன்றென எழுந்து வந்து எம் ஐயன்
ஆவி உண்டவனை இன்றுநீ
மானம்இன்றி எதிர் ஓதவோ உனை
வளர்த்தது என்று இவை கிளர்த்தியே. [335]

என்னும் இரணிய வதைப் பரணிப் பாடலும் இதே கருத்தை எடுத்துரைப்பதைக் காணமுடிகிறது.

“இந்த உலகத்தில் படைத்தல், காத்தல், அழித்தல் என்னும் மூன்று தொழிலையும் ஒருவனே செய்கிறான். அவனே உலக முதல்வன் என்று நாம் செயலினால் மட்டுமே அறிந்துகொள்ள முடியும் என்று நீ சொல்வது ஏற்றுக்கொள்ள இயலாதது. அப்படி ஒருவன், கடவுள் என்னும் நிலையில் கிடையாது. அப்படி ஒருவன் இருக்கிறான் என்று கற்பிப்பதை எந்த வேதம் உனக்குக் கற்றுக்கொடுத்தது?” என்று கேட்டான்.

“வேதத்திலும் வேதாந்தத்திலும் நல்ல செயல்கள் செய்கிறவர்கள் உயர்வு அடைவார்கள், தீய செயல்கள் செய்கிறவர்கள் தாழ்வினை அடைவார்கள் என்றுதான் சொல்லப்பட்டுள்ளது. நன்றாக ஆராய்ந்து பார்த்தால் அதுதான் உண்மை. அப்படி இல்லாமல் எல்லாவற்றையும் அருள்பவன் ஒருவன் உள்ளான் என்று சொல்வது அறிவில்லாத செயல் என்பதை நீ அறியவில்லையா? வேதத்தின் விதிப்படிதான் நாம் வாழவேண்டுமே அல்லாமல் வேறொருவன் அறிவுரைப்படி அல்ல என்பதை உணர்ந்துகொள்” என்று எடுத்துரைத்தான்.

“சிவனும் பிரம்மனும் திருமாலும் முற்காலத்தில் தவம் செய்துதான் தங்கள் உயர்நிலையை அடைந்தார்கள். நான் அவர்களைவிடவும் அதிக தவம் செய்த காரணத்தால் அவர்கள் மூவரும் தங்கள் பதவியை இழந்துவிட்டனர். அந்தப் பதவியை நான் பெற்றுவிட்டேன். இதற்குமேல் அவர்களால் தவம் செய்து மீண்டும் பதவியைப் பெறமுடியாது என்று அவர்கள் தவம் செய்யவில்லை.

வேள்வி செய்வதையும் தவம் செய்வதையும் நான் தடை செய்துள்ளேன். அவற்றை அவர்கள் இனிமேல் செய்யமுடியாது. அவர்கள் போற்றும் வேதக்கல்வியையும் தடை செய்துவிட்டேன்.

எனது ஆட்சி இப்போது நடந்துவருகிறது. அவர்களால் எதுவும் செய்ய இயலாது என்னும் உண்மையை நீ உணரவில்லையா?" என்றான்.

"மகனே! நீ அறியாப் பிள்ளை. நீ செய்த இந்தத் தவறைப் பொறுத்துவிட்டேன். இனிமேலும் அந்த ஒருவனின் பெயரை நீ சொல்லாதே! ஆசிரியன் என்ன கற்பிக்கிறானோ அதையே கற்றுவா, போய்வா" என்று உலகத்தின் முதல்வனாகிய இரணியன் சொன்னான்.

பேதைப் பிள்ளை நீ பிழைத்தது
பொறுத்தனென், பெயர்த்தும்
ஏதில் வார்த்தைகள் இனையன
விளம்பலை! முனிவன்
யாது சொல்லினன் அவை அவை
இதம்என எண்ணி
ஓது! போதி! என்று உரைத்தனன்
உலகுஎலாம் உயர்ந்தோன். (6371)

இந்தப் பாடலில் இரணியனைக் கம்பன், எல்லா உலகத்திலும் உயர்ந்தநிலையைப் பெற்றவன் என்னும் உண்மையை எடுத்துரைத்துள்ளதைக் காணமுடிகிறது.

இங்கே இரணியன் வேதம் என்று சொல்வதற்கும் திருமால் முதலான கடவுளர் வேதம் என்று சொல்வதற்கும் வேறுபாடு இருக்கிறது என்பதை அறிந்துகொள்ள முடிகிறது. இரணியன் குறிப்பிடும் வேதம் என்பது இந்த உலகத்தில் நிகழும் செயல்களுக்காக வகுக்கப்பட்ட வாழ்வியல் வேதமாக அமைந்துள்ளதைக் காணமுடிகிறது. ஆனால், இறை நம்பிக்கையுடன் கலந்து காணப்படும் வேதமானது இல்லாப் பொருளை இருப்பதாகக் காட்டும் கற்பனை வாதம் என்பதையும் அறிந்துகொள்ள முடிகிறது.

திருமால் பெருமையைப் பிரகலாதன் கூறுதல்

இரணியன் தங்கள் குலப்பெருமையை எவ்வளவோ எடுத்துச்சொன்ன பிறகும் பிரகலாதன் அவற்றைக் கேட்கத் தயாராக இல்லை. தந்தை சொல்மிக்க மந்திரமில்லை என்னும் எண்ணம் அவனிடம் தோன்றவில்லை. தனக்குத் தொடர்பில்லாத திருமாலின் பெருமையையே மீண்டும் எடுத்துரைக்கத் தொடங்கினான்.

"திருமாலின் பெருமையை உணர்ந்துகொள்வோருக்குத்தான் உணர்த்த முடியும். மற்றவர்களுக்கு உணர்த்திட இயலாது. திருமால்தான் வேதத்திற்கும் வேள்விக்கும் எல்லை ஆவான். நாம் கற்கும் கல்வியைப் பால் என்று கருதினால், அதில் உறை மோர்போல் உள்ளே கலப்பவன் திருமால் என்பதை அறிந்துகொள்ள வேண்டும்" என்றான். அதாவது நமது கல்விக்கும் கரையாக அவன்தான் இருக்கிறான் என்று எடுத்துரைத்தான்.

தொடர்ந்து இல்லாத கருத்தை நிலைநாட்டும் வகையில் பிரகலாதன் கூறத்தொடங்கினான். வித்து இல்லாமல் எதுவும் முளைப்பதில்லை என்னும் உண்மையைச் சொன்ன அவன், திருமாலைத் தியானித்து உணர்ந்துகொள்ள முடியும் என்று எடுத்துரைத்தான். அந்தத் தியான நிலையை அடைவதற்கு நீங்கள் தங்களிடம் குடிகொண்டிருக்கும் பித்தநிலையைப் போக்கவேண்டும் என்றான். இந்த உலகத்தில் எது நிலைக்கவேண்டும் என்று இரணியன் நினைத்தானோ அதனைப் பித்தநிலை என்றும், இந்த உலகத்தில் எது இல்லையோ அதனை உண்மைநிலை என்றும் எடுத்துரைத்தான் பிரகலாதன்.

வித்து இன்றி விளைவது ஒன்று
இல்லை, வேந்த! நின்
பித்து இன்றி உணர்தியேல்
அளவைப் பெய்குவன்!
உய்த்து ஒன்றும் ஒழிவுஇன்றி
உணர்தற் பாற்று எனா
கைத்து ஒன்று நெல்லியம்
கனியின் காண்டியால். [6373]

நான் சொல்லும் தியானமுறையைப் பின்பற்றினால் உள்ளங்கையில் உள்ள நெல்லிக்கனியை எவ்வாறு காணமுடியுமோ அவ்வாறு காணமுடியும் என்று சொன்னான் பிரகலாதன். உள்ளங்கையில் இருக்கும் நெல்லிக்கனியைப்போல் காணமுடியும் என்று சொன்ன பிரகலாதன், அந்த இறைப்பொருளை அப்போதே காட்டியிருக்கலாம் என்று அறிஞர்கள் கேள்விக் கேட்பார்கள். அப்படிக் கேட்டுவிடக்கூடாது என்பதற்காகத்தான் அவன், தியானத்தின் மூலம்தான் காணமுடியும் என்று சொன்னான். தியானத்தின் மூலம் எப்படி வெளிப்பொருளாகக் காணமுடியும். தியானத்தின் வாயிலாக உட்பொருளாக மட்டுமே காணமுடியும் என்னும் உண்மையை உணராத நிலையில் அவன் சொன்னவை இவை என்பதை அனைவரும் உணர்ந்துகொள்ள முடியும்.

"திருமால் இந்த உலகங்களை எல்லாம் தனக்குள்ளேயே அடக்கி வைத்திருக்கிறான். அப்படித் தனக்குள்ளே அடக்கிவைத்துள்ள உலகத்தில்தான் அவனும் தங்கியிருக்கிறான். அந்தத் திருமாலுக்கு முன்னர் யாரும் அவனுக்கு இணையாகத் தோன்றவில்லை. அவனுக்குப் பின்னரும் யாரும் அவனுக்கு இணையாகத் தோன்றவில்லை. தான் பெற்றிருக்கும் நிலையிலிருந்து எந்த மாற்றமும் இல்லாமல் இருப்பவன் அவன். அதாவது இளமை, முதுமை என்னும் எந்த நிலையும் இல்லாதவன். அவனை நாம் அறிந்துகொள்தல் அவ்வளவு எளிமையான செயல் இல்லை" என்று சொன்னான் பிரகலாதன்.

பிரகலாதன் சொன்ன இந்த அளவையியல் என்னும் தத்துவப் பொருளானது அறிவுநிலைக்குப் பொருந்தாது என்பதை எல்லோரும் எளிதில் அறிந்துகொள்ள இயலும். முந்தையப் பாடலில், உள்ளங்கை நெல்லிக்கனிபோல் காண இயலும் என்று சொன்னவன், அடுத்தப் பாடலிலேயே அப்படி எளிதில் காண முடியாதவன் என்றும்

சொல்லியுள்ளான். இப்படிக் குழப்பிவிட்டால் 'நம்மைவிடவும் பெரியவன் என்று நாம் மலைப்படைந்துவிடுவோம்' என்னும் குழப்ப வித்தையை இங்கே குறிப்பிட்டுள்ளான்.

தன்னுளே உலகங்கள் எவையும் தந்து அவை
தன்னுளே நின்று, தான் அவற்றுள் தங்குவான்!
பின் இலன், முன் இலன் ஒருவன், பேர்கிலன்
தொன்நிலை ஒருவரால் துணியற் பாலதோ? (6374)

என்னும் இந்தப் பாடலில் திருமால்தான் தொன்மையானவன் என்றும் நிலைபெற்றவன் என்றும் எடுத்துரைத்துள்ளான். "வேதத்தின் உயர் பொருளாகவும் அறிவின் விளக்காகவும் மேலான பொருளாகவும் விளங்குபவன் திருமால். திருமாலின் அத்தன்மையைத் தன்னை அறியும் ஆற்றல் உள்ளவர்கள் அறிந்துகொள்வார்கள், மற்றவற்றில் மன ஈடுபாடு கொண்டவர்களால் அறிய இயலாது" என்று உணர்த்தினான்.

இன்னாரால் உணர்ந்துகொள்ள இயலும், இன்னாரால் உணர்ந்துகொள்ள இயலாது என்று குறிப்பிடுவதே ஒரு வகையான போலித்தன்மை உடையது என்பதை அறிவுடையோர் உணர்ந்துகொள்வார்கள். என்றாலும் பிரகலாதனுக்கு அவ்வாறு கற்பிக்கப்பட்டிருக்கும் காரணத்தால் அவன் அவ்வாறு கூறுகிறான்.

"திருமாலை காட்சி, கேள்வி முதலான அளவைகளால் அறிந்துகொள்ள இயலாது. நாம் கொண்டுள்ள அறிவைக் கடந்த நிலையில் அவன் இருக்கிறான் என்று உபநிடதங்கள் எடுத்துரைக்கின்றன. சொல்லுக்கும் பொருளுக்கும் கட்டுப்படாதவனாகவும் மாயங்கள் செய்பவனாகவும் அவன் உள்ளான். அவனை, மெய்மை அறியும் ஆற்றல் இல்லாதவர்களால் அறிந்துகொள்ள இயலாது."

"மண்ணுலகாகவும் விண்ணுலகாகவும் பாதாள உலகமாகவும் திருமால்தான் இருக்கிறான். சத்துவம் என்னும் அமைதியான குணம் கொண்டவனாகவும், இராசதம் என்னும் அரச குணம் கொண்டவனாகவும், தாமசம் என்னும் செயல்படாக் குணம் கொண்டவனாகவும் இருக்கிறான். எல்லாமாகவும் வேறு வேறாகவும் தோற்றம் அளிக்கிறான். இப்படிப்பட்ட அற்புதம் கொண்ட திருமாலைத் தேவர்களாலும் முனிவர்களாலும்கூடக் கண்டறிய இயலாது" என்று சொன்னான்.

"சாங்கியம் பற்றியும் யோகம் பற்றியும் அறிந்தவர்களால் மட்டுமே திருமாலை உணர்ந்துகொள்ள இயலும்" என்றான்.

சாங்கியம்

சாங்கியம் என்பது உலக வாழ்க்கை இயல்பை எடுத்துக்கூறும் நெறியாகும். உலகத்தில் உள்ள பொருள்கள் எல்லாம் கண்ணுக்குப் புலப்படும்படி உள்ளவை அல்லது மனத்துக்குப் புலப்படும்படி உள்ளவை என்றும் கடவுள் என்னும் பொருள் தனித்ததாக இல்லை என்பதையும் எடுத்துக்கூறும் நெறி சாங்கிய நெறி. அப்படிக் கடவுள் இருந்தால், அவன் மனிதனுக்குள்ளேதான் இருக்கிறான் என்று தெளிவுபடுத்துவதும் சாங்கிய நெறி. மனிதனின் ஐந்து அறிவுக்கும் ஆறாம் அறிவுக்கும் உட்பட்டப் பொருள்களை மட்டும் ஏற்றுக்கொள்வது இந்தச் சாங்கியத் தத்துவம். இத்தத்துவத்தின்படி இருப்பவன் திருமால்.

இந்தக் கருத்துப்படி பார்த்தால், திருமால் என்பவன் ஒரு தனிப்பொருளாக இல்லை என்றால் அவன் கண்ணுக்குப் புலப்படமாட்டான் என்பது தெளிவு.

யோகம்

யோகம் என்பது மனத்தையும் உடலையும் ஒருமுகப்படுத்தும் நிலை ஆகும். இதற்காக எண்வகைப் பயிற்சி குறிப்பிடப்பட்டுள்ளது. இயமம், நியமம், ஆசனம், பிராணாயாமம், பிரத்யாகாரம், தாரணை, தியானம், சமாதி என்பவை அவை.

இயமம்

இயமம் என்பது அறிஞர்களால் வாழ்க்கை நெறியாக இயம்பப் பெற்றது ஆகும். கொல்லாமை, கள்ளாமை, வாய்மை, புலனடக்கம், பொறுமை, வஞ்சனையின்மை, பேராசையின்மை, கருணை, நேர்மை, தூய்மை முதலான நல்லொழுக்க நெறிகள்தான் அறிஞர்களால் இயம்பப் பெற்றவை. இவற்றுடன் ஒழுக்கநெறி சார்ந்த இன்னும் பலவற்றையும் நாம் இயமம் என்னும் பிரிவுக்குள் அடக்க இயலும். ஒழுக்கம் என்பது ஓர் ஒழுங்குக்கு உட்பட்ட செயல்முறை, நடைமுறை ஆகும்.

நியமம்

நியமம் என்பது வாழ்க்கை முறைக்காகக் கட்டமைக்கப்பட்டுள்ள செயல்முறைகள் ஆகும். இதனை இவ்வாறு செய்யவேண்டும் என்னும் விதிக்கு உட்பட்ட செயல்பாடுகளைக் குறிக்கும். நியமம் என்பது நியமிக்கப்பட்டவற்றைக் குறிக்கும்.

முதலில் கூறப்பட்ட இயம நெறிமுறைகளைப் பின்பற்றி வாழ்க்கை முறையை அமைத்துக்கொள்வது இந்த நியமம் ஆகும். இந்தச் செயலை இந்த முறைப்படி செய்யவேண்டும் என்னும் விதிமுறைதான் இந்த நியமம்.

ஆசனம்

ஆசனம் என்பது உடலும் மனமும் ஒன்றுபட்ட இருக்கை அமைப்புகளைக் குறிக்கும். எண்ணிக்கையில் அடங்காத இருக்கை முறைகளைப் பலரும் தெரிவித்துள்ளனர். பத்மாசனம் என்னும் தாமரையிருக்கை தொடங்கிப் பல இருக்கை முறைகள் சொல்லப்பட்டுள்ளன. இந்த இருக்கை முறைகளைக் கற்றுப் பயன்படுத்தினால் உடலும் உள்ளமும் தெளிவடையும். இதுவும் உடற்பயிற்சி வகையைச் சார்ந்தது என்றாலும் உள்ளத்தின் செயற்பாட்டிற்கும் இதில் முக்கியத்துவம் வழங்கப்படுகிறது.

பிராணாயாமம்

மூச்சுப் பயிற்சியைத்தான் பிராணாயாமம் என்கின்றனர். மனிதன் எவ்வாறு காற்றை உள்ளே இழுத்து எவ்வாறு வெளியிட வேண்டும் என்பதைத் தெரிவிக்கிறது. இதனால் நுரையீரல் வலிமை அடைகிறது. உயிர் வளியை (வளி - காற்று) நாம் உள்ளிழுத்துப் பயன்கொள்ளும் முறையை அறிந்துகொண்டால் உயிர் வாழ்க்கை எளிதாக அமையும்.

பிரத்யாகாரம்

பிரத்யாகாரம் என்பது மன ஒருமை. நம் மனத்தை அலைபாய விடாமல் ஒரு நிலையில் இருக்கச் செய்வது. மனத்தை நமது கட்டுப்பாட்டுக்குள் வைக்கும் பயிற்சி இருந்தால் ஒருவன், தன் வாழ்க்கையை உயர்நிலையில் அமைத்துக்கொள்ள இயலும். ஐம்புலனும் இழுக்கும் இழுப்புக்கு எல்லாம் மனத்தைச் செல்லவிடாமல் காப்பதுதான் பகுத்தறிவு.

தாரணை

தாரணை என்பது மன ஒருமையின் அடுத்த படிநிலை ஆகும். வெளியில் பாயாமல் மனத்தைக் கட்டுப்படுத்தி உள்முகப்படுத்துவதுடன் அந்த மனத்தை எதில் ஈடுபட விரும்புகிறோமோ அதிலேயே ஈடுபாட்டுடன் இருக்கச் செய்வது தாரணை எனப்படும்.

தியானம்

தியானம் என்பது மன ஒருமையின் மூன்றாம் படிநிலை. ஒரு பொருளில் ஈடுபட வைத்த மனத்தை அதனைவிட்டு அகலாமல் மேலும்மேலும் உள்ளே செலுத்துவதுதான் இந்தத் தியான நிலை எனப்படும்.

சமாதி

சமாதி என்பது உயிரற்ற நிலையை உணர்த்துவது ஆகும். மனத்தை ஒருமைப்படுத்தி, அதனை உள்முகப்படுத்தி, ஆழ்ந்து ஈடுபடச்செய்து மனமும் உடலும் வேறுவேறானவை இல்லாத நிலையை உருவாக்குவது இந்தச் சமாதி நிலை ஆகும்.

நாம் குறிப்பிட்ட இந்த எண் வகை யோக நிலையும் மனிதனை இந்தச் சமாதி நிலைக்கு இழுத்துச் செல்வதற்கானப் படிநிலைகள் ஆகும் என்பதை நாம் உணர்ந்துகொள்ள வேண்டும். ஆசனம் என்பது ஓர் இடத்தில் ஒரு நிலையில் இருக்கச் செய்வது. இயமம் என்பது மனத்தை அறநெறிக்கு உட்படுத்துவது. நியமம் என்பது மனத்தை அறநெறிக்குள் செயல்படுத்துவது. பிராணாயாமம் என்பது உயிர் வளியை மனத்துடன் இணைப்பது. பிரத்யாகாரம் என்பது மன ஒருமை. தாரணை என்பது உள்முகப்படுத்துவது. தியானம் என்பது உள்முகத்துடன் ஒன்றாவது. சமாதி என்பது மனத்தையும் உடலையும் வேறாக உணரா நிலை.

"காமம், கோபம் முதலான தீய செயல்களிலிருந்து நம்மைக் காத்து அருள்பவன் திருமால். இந்த உலக உயிர்களை எல்லாம் பாதுகாக்கும் தொழிலைச் செய்துவரும் திருமாலின் அருமையை எவராலும் சொல்லவும் முடியாது, சொன்னால் புரிந்துகொள்ளவும் முடியாது. உணர்ந்தால் மட்டுமே அறியமுடியும்."

"நம் கண்ணுக்குள்ளே அவன் மறைந்திருக்கிறான். இந்த உலகப் பொருள்களைக் கண் நமக்குக் காட்டுகிறது என்றால் திருமால் அச்செயலைச் செய்கிறான் என்று பொருள். நமது உள்ளத்தில் நிறைந்திருக்கும் உணர்வாகவும் அறிவாகவும் நிறைந்துள்ளான். மண்ணாகவும் விண்ணாகவும் நீராகவும் நெருப்பாகவும் காற்றாகவும் அவன்தான் இருக்கிறான். எண்ணற்ற வடிவங்களில் தோன்றுவான், ஆனால், அது அவன் ஒருவன்தான். நாம் எண்களை எண்ணிக்கொண்டிருந்தால் அந்த எண்களுக்கு முடிவு இல்லாமல் போய்க்கொண்டிருக்கும். அந்த எண்ணிக்கையை விடவும் நெடியவன் திருமால்."

கண்ணினும் கரந்துளன், கண்டு காட்டுவான்,
உள்நிறைந்திடும் உணர்வாகி உண்மையான்,
மண்ணினும் வானினும் மற்றை மூன்றினும்
எண்ணினும் நெடியவன், ஒருவன், எண் இலான். [6386]

ஐம்பூதத்தைவிடவும் அளவில் பெரியவன். எண்ணிக்கையின் அளவற்ற தன்மையைவிடவும் உயரமானவன். கோடிவரை எண்ணினாலும் அதற்குமேலும் கோடியே ஒன்று, கோடியே இரண்டு என்று எண்ணிக்கொண்டே போகலாம். அதற்கு அளவே கிடையாது. அப்படி என்றால் திருமாலும் அளவற்ற பெருமையும் பெரிய தன்மையும் கொண்டவன் என்று உணர்ந்துகொள்ள வேண்டும் என்று பிரகலாதன் கூறியுள்ளான்.

"காலம், இடம், கருவி முதலானவையாய் இருப்பவன் திருமால். இவ்வுலகில் நடைபெறும் தொழில்களாய் அத்தொழில்களின் பயனாய் இருக்கிறான். இந்த உலக உயிர்கள் நின்று வாழும் ஒழுக்கநெறியாகவும் உலகச் செல்வமாகவும் இருக்கிறான். சிறிய ஆலம்பழத்தின் உள்ளே உள்ள ஒவ்வொரு விதையிலும் ஒவ்வொரு ஆலமரம் மறைந்து இருப்பதைப்போல் இந்த உலகின் எல்லா இடங்களிலும் அவன் நிறைந்திருக்கிறான்."

காலமும் கருவியும் இடனுமாய் கடைப்
பால்அமை பயனுமாய் பயன்துய்ப்பானுமாய்
சீலமும் அவைதரும் திருவுமாய் உளன்
ஆலமும் வித்தும் ஒத்து உடங்கும் ஆண்மையான். [6389]

"ஓம் என்னும் எழுத்தில் அடங்கியிருக்கும் 'அ, உ, ம்' என்னும் எழுத்துகளில் உயிர் எழுத்துகளாக இருப்பவன் திருமால். மனிதன் கொண்டுள்ள அறிவாற்றலுக்கெல்லாம் உயர்ந்த அறிவாற்றல் கொண்டவன். புகையும் அந்தப் புகைக்குக் காரணமான தீயும்போல் கண்ணுக்குப் புலப்படாமல் இருக்கிறான்" என்று கூறியுள்ளான்.

எங்கிருந்தோ புகை வந்துகொண்டிருக்கிறது என்றால் நாம் யாரும் புகை மட்டும் வருகிறது என்று நினைப்பதில்லை. எங்கேயோ நெருப்பு இருக்கிறது. அந்த நெருப்பிலிருந்துதான் புகை வருகிறது என்று புரிந்துகொள்கிறோம். அதைப்போல் நம்முடைய செயல்களுக்கு ஏற்ற விளைவுகளைத் திருமால் நம் கண்ணுக்குப் புலப்படாமல் இருந்து வழங்குகிறான்.

"ஒரு மாலையில் பல வண்ணமலர்கள் நிறைந்திருக்கும். அதைப்போல் பல சமயவாதிகள் தங்கள் கருத்துகளைக் கூறுவார்கள். இவ்வாறு சமயங்களும் சமயவாதிகளும் வேறுவேறாகத் தெரிவது எல்லாம் நமக்கு ஒரு தோற்றம்தான். உண்மையில் எல்லாச் சமயத்தின் உட்பொருளாகவும் திருமால்தான் இருக்கிறான். கடலிலிருந்து எழும் அலையைத் தனியே அலை என்று சொன்னாலும் அலையைக் கடலிலிருந்து பிரிக்க முடியாது. அதைப்போல் பல மதங்கள் அலைபோல் தோன்றினாலும் எல்லாம் திருமால் என்னும் பெருங்கடலிலிருந்து தோன்றியவையே என்பதை அறிந்துகொள்ள வேண்டும்" என்றான்.

காலையின் நறுமலர் ஒன்றக் கட்டிய
மாலையின் மலர்புரை சமயவாதியர்
சூலையின் திருக்கு அலால், சொல்லுவோர்க்கு எலாம்
வேலையும் திரையும்போல் வேறுபாடு இலான். [6392]

சூலை என்பது குடலில் ஏற்படும் தீராத வலி. இந்த வலி ஏற்படும்போது குடலைத் திருக்கி முறுக்குவதைப்போல் வலிக்கும். அதைப்போன்றே சமயவாதிகள் இறைத்தன்மையைத் தங்கள் கருத்துக்கு ஏற்றாற்போல் மாற்றிமாற்றிப் பேசுகிறார்கள். அப்படிப் பேசுவது எல்லாம் அவரவர் பேச்சுத் திறனைத்தான் காட்டும் என்று உணர்த்தியுள்ளான் கம்பன்.

"இப்போது நான் சொன்ன எல்லாத் தன்மையும் கொண்டவனாக விளங்குபவன் திருமால். அவனது திருநாமம்தான் நாராயணன். அந்தப் பரம்பொருளை உணர்ந்துகொள்ளாமல் அறிவை இழக்கிறீர்களே என்று கருதித்தான் அந்த நாராயணனின் பெயரை நான் உளமார ஓதினேன்" என்றான்.

பிரகலாதனைக் கொல்லச் சொல்லுதல்

தனக்கு முன்னால் நின்றுகொண்டு தனது பரம்பரைப் பகைவனான திருமாலின் பெயரையும் புகழையும் இவ்வளவு நேரமும் சொன்னவன் தன் மகன் பிரகலாதன் என்று நினைத்தபோது அவனுக்குக் கோபம் வந்தது.

'நான் பெற்ற மகன், என்னுடைய பகைவனைப் புகழ்கிறானே' என்று எண்ணும்போது ஒவ்வொரு தந்தையும் அனுபவிக்கும் மனக் கவலையைத்தான் இரணியன் அனுபவித்தான். தன்னிடம் உரைத்தவன் தன் மகன் என்ற காரணத்தால்தான் இவ்வளவு நேரமும் பொறுமையாக இருந்தான். வேறு யாராக இருந்தாலும் உடைவாளை எடுத்து வெட்டியிருப்பான். அப்படிச் செய்யவிடாமல் அவனது தந்தைப் பாசம் தடுத்துக்கொண்டிருந்தது.

எனக்குப் பகை வேறு எங்கும் இல்லை. என் உடம்பின் உள்ளேயே ஊறி, இப்போது எனக்கு மகனாகப் பிறந்திருக்கிறான். எனக்கு எப்போதும் எதிரியான அந்தத் திருமாலுக்கு இவன் தன்னை அடிமை என்று சொல்கிறான். இவனை விட்டுவைத்தால் இந்த நாட்டிற்கு நல்லதல்ல என்று எண்ணிய இரணியன், கொலைஞரைப் பார்த்து, "இவனைக் கொல்லுங்கள்" என்று ஆணையிட்டான்.

இந்த இடத்தில் நாம் நினைப்பதுபோல் இரணியனின் மகனான பிரகலாதனை மிகவும் சிறியவனாக நினைத்திடவேண்டாம். கல்வி கற்கச் சென்றதும் அவன், நாராயணா என்னும் பெயரைச் சொன்னதாகத்தான் நாம் அறிகிறோம். அப்படி இருப்பதற்கு வாய்ப்பில்லை. ஏனென்றால், மெய்யியல் பொருள்களை எல்லாம் எடுத்துரைத்து இரணியனிடம் அவன் பேசினான். எனவே, கல்வி

கற்றுத்தேறிய பின்தான் திருமாலுக்கு அன்பன் என்னும் நிலையைப் பிரகலாதன் அடைந்திருக்கிறான். ஆனால், இதற்கு ஆன்மிகவாதிகள், இறைவன் அருளால் எல்லாத் திறமையையும் அவன் பெற்றுவிட்டான் எனப் பொய்யாகப் பேசுவார்கள். அது பொருந்தாது.

அசுர வீரர்கள் உடனே வந்து பிரகலாதனைப் பற்றிக்கொண்டனர். இரணியனின் ஆணையைக் கேட்ட அடுத்தநொடியே இந்தப் பிடித்தல் நடைபெறுகிறது என்றால் அவன் அங்கிருந்து தப்பிப் போய்விடக்கூடாது என்னும் எண்ணம்தான் என்பதை உணர்ந்துகொள்ள முடியும்.

இரணியனின் அரண்மனைக்கு வெளியே அவனைக் கொண்டுவந்தனர். பிரகலாதனைச் சூழ்ந்துகொண்டு அசுரர்கள் அழைத்துச்சென்றதை யானைக்குட்டியைச் சிங்கங்கள் சூழ்ந்துநின்று கொல்வதுபோல் தோன்றியது எனப் பாடியுள்ளான்.

குன்றுபோல் மணிவாயிலின் பெரும்புறத்து
உய்த்தனர், மழுக்கூர்வாள்,
ஒன்றுபோல்வன ஆயிரம் மீதுஎடுத்து
ஓச்சினர், உயிரோடும்
தின்று தீர்குதும் என்குநர், உரும்எனத்
தெழிக்குநர், சின வேழக்
கன்று புல்லிய கோள் அரிக்குழு எனக்
கனல்கின்ற தறுகண்ணர். [6396]

அரண்மனையின் பின்பக்கத்திற்கு வந்தனர். பகைவரைக் கொல்வதற்கான கொலைக்களம் போன்ற பகுதி அது. இவனை இப்போதே கொன்று தின்போம் என்று கருதிய அவர்கள், ஆயிரக்கணக்கான கோடரிகளையும் வாள்களையும் உயர்த்தினர். அவற்றை எல்லாம் பிரகலாதன்மேல் வீசினர். ஆனால் அந்த ஆயுதங்கள் எதுவும் பிரகலாதனைக் கொல்லவில்லை. திருமாலின் அருளினால் அந்த ஆயுதங்கள் அவனை ஒன்றும் செய்யவில்லை என்று கம்பன் பாடியுள்ளான். வாயினால் பேசும் கொடியச் சொற்கள் எப்படி நம்மைக் கொல்லும் தன்மை உடையன அல்லவோ அதைப்போலவே இந்த ஆயுதங்களால் அவனைக் கொல்லமுடியவில்லை.

பிரகலாதன்மேல் பாய்ந்த ஆயுதங்கள் எல்லாம் ஒடிந்துபோயின. சில ஆயுதங்கள் நொறுங்கிப்போயின. பிரகலாதன், திருமாலின் திருவடிகளைத் தொழுதபடி நின்றான்.

நெருப்பில் தள்ளச் சொல்லுதல்

அசுர வீரர்களில் சிலர், நேரே அரண்மனைக்கு வந்தனர். அங்கே வீற்றிருந்த இரணியனைப் பார்த்து, "பிரகலாதன்மேல் எய்த ஆயுதங்கள் எல்லாம் பொடிப்பொடியாய்ப் போய்விட்டன. அவனை இந்த ஆயுதங்களால் கொல்லமுடியவில்லை" என்றனர்.

ஆயுதங்களால் கொல்லமுடியவில்லை என்றதும், இங்கே ஏதோ சூழ்ச்சி இருக்கிறது என்பதை உணர்ந்து, இரணியன் ஆழ்ந்து சிந்தித்துச் செயல்பட்டிருக்க வேண்டும். ஆனால் அவன் அப்படிச் சிந்திக்காமல், "மாய உள்ளம் கொண்ட அந்தத் திருமால்தான் ஆயுதங்களை எல்லாம் செயலிழக்கச் செய்துவிட்டான். நெருப்பைமூட்டி இவனை அந்த நெருப்பில் தள்ளுங்கள்" என்று ஆணையிட்டான்.

இரணியன் சொன்னதைக் கேட்டதும் அதையே செய்வது என முடிவெடுத்துக்கொண்டு அந்த வீரர்கள் அங்கிருந்து சென்றார்கள்.

ஒரு பெரிய பள்ளத்தைத் தோண்டினர். அந்தப் பள்ளத்தில் பல விறகுக்கட்டைகளை அடுக்கினார்கள். குடம்குடமாக எண்ணெய்யை ஊற்றினார்கள். அந்த விறகின் நடுவே பிரகலாதனை நிறுத்தினார்கள். அவன், திருமாலை வணங்கியபடி நின்றான். பெரிய நெய்த்துணியை ஒரு கம்பில் கட்டி அதில் நெருப்பைப் பற்றவைத்து, விறகின்மேல் பற்றவைத்தனர். பிரகலாதனைச் சூழ்ந்து நெருப்பு எரிந்தது. ஆனால், அந்த நெருப்பு அவனைச் சுடவில்லை. அவனது உடம்பின் உள்ளே உள்ள எலும்புவரை குளிர்ச்சியைக் கொடுத்தது.

கால வெங்கனல் கதுவிய
   காலையில், கற்புடையவள் சொற்ற
சீல நல்லுரைச் சீதம் மிக்கு
   அடுத்தலின், கிழியொடு நெய்தீற்றி
ஆலம் அன்ன நம் அரக்கர்கள்
   வயங்கு எரி மடுத்தலின், அனுமன் தன்
கூலம்ஆம் என, என்புறக்
   குளிர்ந்தது, அக்குருமணித் திருமேனி. [6401]

இந்த இரணியனின் வரலாற்றை வீடணன், இராவணனுக்கு எடுத்துரைப்பதுபோல் கம்பன் பாடியுள்ளான். எனவே, இங்கே உவமையாகச் சீதையின் கற்புநிலையைக் கூறியுள்ளான். அனுமனின் வாலில் தீப்பற்ற வைத்தபோது அந்த நெருப்பு அவனைச் சுடக்கூடாது என்று கற்புடைய சீதை வேண்டியவுடன் எவ்வாறு அந்த அனுமனை நெருப்பானது சுடவில்லையோ அதைப்போல் பிரகலாதனை நெருப்புச் சுடவில்லை என்று குறிப்பிட்டுள்ளான் கம்பன்.

இந்தப் பாடலில் கம்பன், அரக்கர்களை 'நம் அரக்கர்கள்' என்று குறிப்பிட்டுள்ளான். இதனை ஆழ்ந்து சிந்தித்தால் கம்பன், தன்னை இராமாயணக் காப்பியத்தின் புறத்தே நிறுத்திப் பார்த்துள்ளான் என்பதைப் புரிந்துகொள்ள முடிகிறது. இராமாயணக் காப்பியம் என்னால் படைக்கப்படுகிறது என்றாலும் இதில் உள்ள தகவல்கள் எல்லாம் என்னுடன் உடன்பாடு கொண்டவை அல்ல என்பதை உணர்த்துவதுபோல், இந்த 'நம் அரக்கர்கள்' என்னும் தொடர் அமைந்துள்ளது.

எண் வகை நாகப்பாம்புகளை ஏவுதல்

"நெருப்புக் கொழுந்துவிட்டு எரிந்தது. அந்த நெருப்பானது தங்கள் மகனைக் கொல்லவில்லை. அதனால் தங்களிடம் ஓடிவந்தோம்" என்றனர் வீரர்கள்.

"நெருப்பையும் கட்டுப்படுத்திவிட்டானா? ஆ... ஆ... அந்தத் தீக்கடவுள் எனது கட்டளையை நிறைவேற்றவில்லையா? அவனைப் பிடித்து முதலில் சிறையில் அடையுங்கள்!" என்றான்.

"அந்தப் பிரகலாதன் வஞ்சகன். அவனை விட்டுவிடாதீர்கள். எண்வகையான நாகங்களை அவன்மேல் ஏவிக் கடிக்கச் செய்யுங்கள்" என்று ஆணையிட்டான்.

"அப்படியே செய்கிறோம் மன்னா!" என்றபடி அந்த அசுரவீரர்கள் அங்கிருந்து சென்றனர்.

அனந்தன், கார்க்கோடகன், குளிகன், சங்கபாலன், தட்சகன், பதுமன், மகாபதுமன், வாசுகி என்னும் எட்டு நாகத்தையும் அட்டநாகங்கள் என்று கூறுவார்கள்.

    சுட்டது இல்லை நின்தோன்றலை
      சுடர்க்கனல் சுழிபடர் அழுவத்துள்
    இட்ட போதினும்! என் இனிச்
    செயத்தக்கது? என்றனர் இகல் வெய்யோர்!
    கட்டி தீயையும் கடுஞ்சிறை
      இடுமின்! அக்கள்வனைக் கவர்ந்து உண்ண

எட்டுப் பாம்பையும் விடுமின்கள்!

என்றனன் எரிஎழு தறுகண்ணான். [6402]

என்னும் இந்தப் பாடலில் அட்டமா நாகம் என்னும் சொல்லைத் தவிர்த்துவிட்டான் கம்பன். அதற்குப் பதிலாக எட்டுப் பாம்பு என்று தமிழ்ச் சொல்லையே பயன்படுத்தியுள்ளான். மேலும், அக்னி தேவன் என்னும் சொல்லையும் பயன்படுத்தாமல் தீ என்றே குறிப்பிட்டுள்ளான். கம்பனின் தமிழ் உணர்வு இதைப்போல் பல இடங்களில் மேலோங்கி நிற்பதை நாம் காணமுடியும். இரணியனின் வரலாற்றைச் சொல்லும் இடம் இது என்ற காரணத்தால் அதனுடன் தொடர்புடையதை மட்டும் குறிப்பிட்டுள்ளேன்.

இரணியன் நினைத்தவுடனே அந்த எட்டுப் பாம்புகளும் அங்கே வந்தன. அவற்றைப் பிரகலாதன் இருக்கும் இடத்திற்குக் கொண்டுசென்றனர். அந்த எட்டுப் பாம்புகளும் நெருப்பு உமிழ்ந்தபடி, தங்களது கூரிய பற்கள், பிரகலாதன்மேல் பதியும்படி கடித்தன. ஆனால் பிரகலாதன், திருமாலின் பெயரைச் சொன்னபடி அங்கே நின்றான். இரணியனின் ஆணைக்கு அஞ்சிய அந்தப் பாம்புகள் எல்லாம் வேகத்துடன்தான் தங்கள் பற்களினால் கடித்தன. ஆனால், திருமால் அருளினால் அவற்றின் பற்களிலிருந்து கொடிய நஞ்சு வருவதற்குப் பதிலாக அமுதம்தான் வந்தது.

எட்டுத்திசை யானை முன் விடுதல்

பாம்பின் நஞ்சு எல்லாம் அமுதம்போல் ஆகிவிட்டன. அவற்றால் பிரகலாதனைக் கொல்லமுடியவில்லை என்று எடுத்துக்கூறினர். அதைக்கேட்ட இரணியன் மிகவும் கோபம்கொண்டான். எட்டுத்திசை யானைகளையும் அழைத்து அவற்றின் முன்னால் இவனை விடுங்கள் என்றான்.

அசுரர்கள் சிலர், உடனே இந்திரனிடம் சென்றார்கள். "எங்கள் கோமான், தங்கள் யானையைத் தரவேண்டும் என்றார்" என்று சொன்னதும் அவன் தன்னிடமிருந்த ஐராவதம் என்ற யானையை உடனே அழைத்துச் செல்லும்படி செய்தான்.

பிரகலாதனின் கைகளையும் கால்களையும் கட்டினர். அதுவும் போதாதென்று அவனது உடலிலும் கயிற்றால் இறுகக் கட்டினர். அவனை அப்படியே அந்த ஐராவதம் என்னும் யானையின் முன்னால் கொண்டுபோய்க் கிடத்தினர்.

யானை தன்னைப் பார்த்து வருவதைக் கண்டதும் பிரகலாதன், அந்த யானையைப் பார்த்து, "ஐராவதமே! உனது தாய் தந்தையரின் உறவினனான கஜேந்திரன் என்னும் யானையை முற்காலத்தில் ஒரு முதலைக் கவ்விப்பிடித்துக் கொல்லமுயன்றது. அப்போது அந்தக் கஜேந்திரன், எல்லாப் பொருளுக்கும் மூலப்பொருளான திருமாலை வேண்டினான். திருமால் உடனே அங்கே தோன்றி, தனது சக்கராயுதத்தால் முதலையைக் கொன்று கஜேந்திரனைக் காப்பாற்றினான். அந்தத் திருமால்தான் என் நெஞ்சில் நிலைத்திருக்கிறான்" என்று சொன்னான்.

எந்தாய்! பண்டு ஓர் இடங்கர் விழுங்க
முந்தாய் நின்ற முதற் பொருளே! என்று
உம் தாய் தந்தை இனத்தவன் ஓத
வந்தான், என்றன் மனத்தினன் என்றான். (6408)

திருமாலின் அன்பன் என்று பிரகலாதன் சொன்னதும் அந்த ஐராவத யானை, தனது முன்னங்கால்களால் முட்டிப்போட்டுப் பணிந்தது. அதனுடைய முகபடாம் தரையில் படும்படியாக வணங்கியது. அதன்பின்னர் அது பின்னோக்கி நகர்ந்து சென்றது.

ஐராவதம், பிரகலாதனைக் கொல்லாத செய்கையை இரணியனிடம் போய்ச் சொன்னார்கள் வீரர்கள். உடனே சினம்கொண்டான் இரணியன்.

"என்னுடைய ஆணையை ஏற்றுக்கொள்ளாமல் அந்தத் திருமால்மேல் அன்புகொண்டு அது கொல்லாமல் திரும்பிவிட்டதா?! அதனைவிடக் கூடாது. உடனே முதலில் அந்த யானையைக் கண்டுபிடித்துக் கொல்லுங்கள்" என்று கட்டளையிட்டான்.

இரணியனின் வீரர்கள், தன்னைக் கொல்ல வருகிறார்கள் என்றதும் உடனே அந்த ஐராவதம், பிரகலாதனைக் கொல்வதற்காக வந்தது. தனது பூண்போட்ட தந்தத்தினால் பிரகலாதனின் மார்பில் ஓங்கிக் குத்தியது. உடனே அந்த இரண்டு தந்தங்களும் வாழைத்தண்டு உடைவதுபோல் உடைந்து விழுந்தன.

கல்லைக் கட்டிக் கடலில் தள்ளுதல்

யானையின் தந்தங்கள் உடைந்த தகவலை இரணியனிடம் போய் வீரர்கள் சொன்னார்கள். அதைக் கேட்டதும் இரணியனின் கண்கள், வெப்பம் நிறைந்த கோடைகாலக் கதிரைப்போல் சிவந்தன.

நெஞ்சில் நேர்மை இல்லாதவனாக இருக்கிறான் இந்தப் பிரகலாதன். நேர்மை இல்லாமல் வஞ்ச எண்ணம் கொண்டிருக்கும் இவனைக் கரைகாண முடியாத கடலில் தள்ளிக் கொல்லுவதுதான் பொருந்தும் என்று கருதினான் இரணியன்.

"இதற்குமேலும் அவனை விட்டுவிடக்கூடாது. பெரிய பாறாங்கல்லை அவனது உடலில் கட்டுங்கள். அப்படியே மலையிலிருந்து உருட்டிக் கடலில் தள்ளுங்கள்" என்று ஆணையிட்டான்.

தனது மகன்தானே விட்டுவிடுவோம் என்று நம் மன்னன் விட்டுவிடுவதற்கு வாய்ப்பு இருக்கிறது என்று நினைத்தார்கள் அந்த வீரர்கள். ஆனால், இரணியன் அவ்வாறு விடவில்லை என்று தெரிந்ததும் அவர்கள் விரைந்து செயல்படத் தொடங்கினார்கள். பெரிய பாறாங்கல்லை எடுத்து அவனது முதுகில் கட்டினார்கள். விரைவாகக் கடலின் நடுவே அவனைக் கொண்டுசென்றார்கள். அப்படியே நடுக்கடலில் தள்ளினார்கள்.

திருமாலின் திருப்பெயரைச் சொன்னபடியே கடலில் விழுந்தான் பிரகலாதன். அந்தக் கரைகாண முடியாத ஆழ்கடல் ஒரு சிறு மடுவினைப்போல் சிறியதாகிவிட்டது. அந்தக் கடலில் ஒரு

குடுவையைக் கட்டிவிட்டால் அது எவ்வாறு மிதக்குமோ அதைப்போல் அவனைக் கட்டிய கல் மிதந்தது.

அலைமோதும் அந்தக் கடலில் பிரகலாதன் மூழ்கவில்லை. மிதவையில் படுத்திருப்பதைப்போல் மல்லாந்து படுத்திருந்த அவன், ஆதி தேவன் என்று போற்றப்படும் திருமாலைப் போற்றி அவனது ஆயிரம் திருப்பெயர்களைப் பாடினான்.

> மோதுற்று ஆர்திரை வேலையில் மூழ்கான்
> மீதுற்று ஆர்சிலை மீது கிடந்தான்
> ஆதிப் பண்ணவன் ஆயிரம் நாமம்
> ஓதுற்றான் மறை எல்லை உணர்ந்தான். (6417)

அன்னையின் வயிற்றில் இருக்கும்போதே நான்மறையைக் கற்றவன் என்ற காரணத்தினால் திருமாலின் பெயர்களை அவன் ஓதினான் என்று உணர்த்தியுள்ளான் கம்பன்.

ஊழிக்காலத்தில் ஆல இலையில் திருமால் பள்ளி கொண்டிருப்பதைப்போல் அந்தக் கல் படுக்கையில் பிரகலாதன் படுத்திருந்தான். அவன், தனது இரண்டு கைகளையும் மேலே உயர்த்தியபடி திருமாலை வணங்கினான்.

திருமாலிடம் பிரகலாதன் வேண்டுதல்

தான் அடையும் துன்பங்களிலிருந்தும் தேவர்கள் அடையும் துன்பங்களிலிருந்தும் திருமால்தான் வந்து காத்து அருள் புரியவேண்டும் என்று பிரகலாதன் வேண்டுகிறான். இந்தக் கொடுமைகளுக்கெல்லாம் காரணமாக இருப்பவன் இரணியன்தான் என்று வெளிப்படையாகச் சொல்லாமல் அவனைக் கொன்று அருள் புரியவேண்டும் என்றும் வெளிப்படையாக வேண்டாமல் வேண்டுகிறான். தந்தையைக் கொல்லுமாறு மகனே எப்படி வேண்டிக்கொள்ள முடியும் என்று கம்பன் கருதிய காரணத்தால்தான் அப்படி வெளிப்படையாக வேண்டாமல் பொதுவாக வேண்டுதல்போல் இந்தப் பகுதியை அமைத்துள்ளான்.

"திருமாலின் அடியார்க்கும் அடியவன் என்னும் தகுதி அல்லாமல் வேறு எந்தத் தகுதியும் எனக்குக் கிடையாது. தீயோரைக் கொல்லும் கொடிய குணம் உடையவனே! நெடியவனே! நான் அடையும் இந்தத் தொடர் கொடுமை நிலையிலிருந்து என்னை விடுவித்து அருள் புரியவேண்டும்" என்று வேண்டினான்.

"மனத்தில் வஞ்சனை எண்ணம் கொண்டவர்களுக்கு வஞ்சனை உள்ளத்துடன் மறைந்து வாழ்பவன் நீ. அப்படிப்பட்ட உனக்கு என்னுடைய உள்ளம் என்ன நினைக்கிறது என்று தெரியாமல் இருக்குமா? என்னுடைய ஐம்பொறிகளையும் ஆய்ந்து அறியவேண்டிய விதிக்கு உட்பட்டு என்னை இந்தச் சோதனைக்கெல்லாம் ஆட்படுத்துகிறாயோ?" என்று திருமாலிடம் இறைஞ்சினான்.

“உனது உந்தியில் தோன்றிய நான்முகன் முதலான தேவர்கள்கூட இந்த மன்னனின் கொடுமைக்கு அஞ்சி எங்கேயோ ஒளிந்துகொண்டார்கள். இப்படிப்பட்ட இந்தச் சூழ்நிலையில் சிறியவனாகிய நான் மட்டும் ஒரே நாளில் உன்னருளை எப்படிப் பெற்றுவிட முடியும்?”

“முதன்மையான பரம்பொருள் ஒன்று, என்று ஒரு நூல் கூறினால் அதனை மறுத்துக்கூறுவதற்கும் இங்கே பல நூல்கள் தோன்றியுள்ளன. எல்லோரும் உன்னை உணர்ந்துகொள்ளாதபடி பல சமயங்களை நீயே உருவாக்கி இங்கே விளையாடுகிறாயோ?”

“பிரம்மனாலும் சிவனாலும்கூட உன்னை முழுமையாக அறிந்துகொள்ள இயலாது. அவ்வாறு இருக்கும்போது என்னைப்போன்ற சிறியோரால் எவ்வாறு அறிந்துகொள்ள முடியும். மரத்தின் கிளைகளில் இலை, பூ, கனி, காய் எனப் பல பொருள்கள் இருந்தாலும் அது ஒரு மரம் என்பதைப்போல், பல மதங்கள் இந்த உலகத்தில் இருந்தாலும் எல்லாவற்றிற்கும் நீதான் மூலம்” என்று பிரகலாதன் புகழ்ந்து வேண்டினான்.

அம்போருகனார், அரனார் அறியார்!
எம்போலியர் எண்ணிடின் என் பலவா?
கொம்போடு அடை, பூ, கனி, காய் எனினும்
வம்போ மரம் ஒன்று எனும் வாசகமோ? **[6426]**

“தங்கத்திலிருந்து தங்க அணிகலன்கள் உருவாவதுபோல, உன்னிலிருந்து உருவானவைதான் இந்த உலகப்பொருள்கள். எனக்கு இன்னார் தாய் எனவும் இன்னார் தந்தை எனவும் வகைப்படுத்தித் தந்தவன் நீ. என் உள்ளத்தில் நீ மட்டுமே குடியிருக்கிறாய்! நோயைத் தந்தவனே அந்த நோயைப் போக்கவேண்டும் என்பதைப்போல் இந்த வாழ்க்கையைத் தந்த நீதான் என்னைக் காத்தருள் புரியவேண்டும்” என்றான்.

கடலில் மிதந்தபடி இவ்வாறெல்லாம் திருமாலைப் போற்றிப் புகழ்ந்துகொண்டிருந்த பிரகலாதனின் செயலை வீரர்கள், உடனே சென்று இரணியனிடம் தெரிவித்தனர்.

நஞ்சு கொடுத்தல்

"இவன், எனக்குப் பகைவனான திருமால்மேல் பைத்தியம் கொண்டுள்ளான். அந்தப் பைத்தியத்தைப் போக்கவேண்டும் என்றால் அவனை உடனே என் முன்னால் கொண்டுவந்து நிறுத்துங்கள்" என்று ஆணையிட்டான்.

உடனே வீரர்கள் அங்கிருந்து புறப்பட்டுச்சென்று பிரகலாதனை அழைத்துக்கொண்டு வந்தார்கள். இரணியனின் முன்னால் வந்து நின்றான் பிரகலாதன்.

"இவனது பைத்தியத்தைப் போக்குவது நம்மால் முடியாது. எனவே, இவனுக்குக் கொடிய நஞ்சினைக் கொடுத்துக் கொல்லுங்கள்" என்று ஆணையிட்டான்.

உடனே கொடிய நஞ்சினைக் கொண்டுவந்தார்கள். அந்த நஞ்சினைப் பிரகலாதனிடம் ஒரு கிண்ணத்தில் கொடுத்தனர். அந்தக் கிண்ணத்தைக் கையில் வாங்கிய அவன், திருமாலைப் போற்றினான். அதனை அப்படியே அருந்தினான். அவன் முகத்தில் எந்த வாட்டமும் ஏற்படவில்லை.

இட்டார் கடு வல்விடம்! எண்ணுடையான்
தொட்டான் நுகரா, ஒரு சோர்வு இலனால்!
கட்டார் கடு மத்திகை, கண் கொடியோன்
விட்டான்! அவன்மேல் அவர் வீசினரால். (6430)

நஞ்சு கொடுத்தப் பிறகும் அவன் சாகவில்லை. இவனைச் சம்மட்டியால் அடித்துக்கொல்லுங்கள் என்றான் இரணியன்.

கணக்கில்லாத சம்மட்டிகளைக் கொண்டுவந்து அவற்றைப் பிரகலாதன்மேல் வீசி அடித்தார்கள். எண்ணிலாக் கைகள்கொண்ட அந்தத் திருமாலை அவன் தன் நெஞ்சில் நிறுத்தித் தியானித்த நிலையில் பிரகலாதன் இருந்தான். அவனது உடலுக்குள்ளேயே திருமால் இருந்த காரணத்தால் எந்தச் சம்மட்டி அடியும் அவன்மேல் தாக்கத்தை ஏற்படுத்தவில்லை. எப்போதும்போலவே அவன் நின்றான்.

தான் பார்த்துக்கொண்டிருக்கும்போதே நஞ்சு கொடுக்கப்பட்டது. அந்த நஞ்சு, பிரகலாதனை எதுவும் செய்யவில்லை. சம்மட்டியால் ஓங்கி அடித்தார்கள். சம்மட்டியால் அடித்தவர்களின் கைகள்தான் வலித்தன. பிரகலாதனுக்கு எந்தத் துன்பமும் நேரவில்லை என்பதை எல்லாம் நேரிலேயே பார்த்தான் இரணியன்.

"உயிரையும் உடலையும் தனித்தனியே பகுத்திடும் மாய ஆற்றலை இவன் பெற்றிருக்கிறான். எனவேதான் இவனை எதுவும் பாதிக்கவில்லை. இவனை நானே கொல்வேன்" என்று கோபத்துடன் சொன்னான். அவன் சொன்னபோது ஏழு உலகமும் நடுங்கின.

> ஊனோடு உயிர் வேறுபடா உபயம்
> தானே உடையன், தனி மாயையினால்!
> யானே உயிர் உண்பல்! எனக் கனலா,
> வான் ஏழும் நடுங்கிட வந்தனனால். [6432]

இரணியன், நானே கொல்வேன் என்று சொல்வதற்கு முன்பெல்லாம் அவனைக் கொண்டுபோய்க் கொன்றுவிடுங்கள் என்றுதான் சொன்னான். அப்படி என்றால் பிரகலாதன் இறக்கவேண்டும், ஆனால், அது தான் பார்த்துக்கொண்டிருக்கும்போது நிகழக்கூடாது என்று எண்ணினான்.

அப்படிக் கொல்ல முயன்ற போதெல்லாம் கொல்ல முடியவில்லை என்பதை அறிந்த அவன், தனக்கு முன்னாலேயே கொல்லும்படி சொன்னான். அப்போதும் அவனைக் கொல்ல முடியவில்லை. ஏன் இவ்வாறு படிப்படியாகச் செய்துள்ளான் என்றால், அங்கேதான் தந்தை என்னும் பாசம் இருந்திருக்கிறது என்பதை உணரமுடியும். தனக்குப் பகைவனான திருமாலைப் போற்றும் தன் மகன் இறக்கவேண்டும். ஆனால், அவன் இறப்பதைத் தன்னால் பார்த்துக்கொண்டிருக்க முடியாது என்னும் எண்ணத்தினால்தான் கொண்டுபோய்க் கொல்லுங்கள் என்றான்.

பகைவனைப் போற்றுபவன் மகனாக இருந்தாலும் இறந்தே தீரவேண்டும் என்னும் அரசமுறைக்கு உட்பட்டுத்தான், தனக்கு முன்னால் கொல்லும்படி சொன்னான். அப்போதும் அவன் இறக்காத காரணத்தால், தனது ஆட்சியில் தன் நாட்டுப் பகைவனைப் போற்றுபவன், மகனாக இருந்தாலும் உயிருடன் இருக்கக்கூடாது என்னும் எண்ணத்தினால் அவனே கொல்லத் துணிந்துள்ளான்.

இரணியனும் பிரகலாதனும்

பிரகலாதனுக்கு அருகில் வந்தான் இரணியன். தந்தையின் வருகையின் நோக்கம், தன்னைக் கொல்வது என்பது அவனுக்குப் புரிந்தது.

தன் தந்தையே தன்னைக் கொல்லப்போவதைக் கண்டதும் பிரகலாதன் கொஞ்சம் துணுக்குற்றான். ஆனால், அப்போதும் அவன், தந்தை என்னும் பணிவுடன், திருமாலைப் போற்றித்தான் பேசினான்.

“தந்தையே! நீங்கள்தான் இந்த உயிரைத் தந்தீர்கள்! நீங்களே எடுத்துக்கொள்ளுங்கள்! இதோ என்னுயிரை உங்களுக்கே தருகிறேன்! ஆனால், இந்த உயிரானது தங்களால் பறிக்கப்பட்டாலும் இந்த உலகத்தையும் மற்றவற்றையும் படைத்துக் காத்துவரும் திருமாலைத்தான் சென்றடையும்” என்றான்.

வந்தானை வணங்கி, என் மன்னுயிர்தான்
எந்தாய்! கொள எண்ணினையேல், இதுதான்
உந்தா, அரிது அன்று! உலகு யாவும் உடன்
தந்தார் கொள நின்றதுதான் எனலும். [6433]

இவ்வாறு பிரகலாதன் சொன்னதும் இரணியனின் மனமும் கலங்கியது. தன் மகனின் உயிரைப் பறிக்கப்போகிறேன் என்னும் எண்ணம் அவனை வருத்தியது. ஆனால், இந்த உலகத்தைப் படைத்தவன் அந்தத் திருமால்தான் என்று அவன் சொன்னதைக் கேட்டதும் கோபம் கொண்டான்.

“இந்த உலகத்தைப் படைத்தவன் யார்? எனது பெயரை உச்சரித்துக்கொண்டிருக்கும் சிவனும் பிரம்மனும் திருமாலுமா? அவர்கள் மூவரும் இல்லை என்றால் முனிவர்களா இந்த உலகத்தைப் படைத்தார்கள்? அல்லது என்னிடம் தோல்வியடைந்து தங்கள் உடைமைகளை எல்லாம் இழந்து ஓடிய அந்தத் தேவர்களா? அவர்கள் இல்லை என்றால் வேறு யார்? யார்? யார்? என்னிடம் சொல்!” என்றான் இரணியன்.

“தந்தையே! இந்த உலகத்தைப் படைத்தவனும் உலகத்தில் பல்வேறு உயிர்களைப் படைத்தவனும் அந்த உயிர்களின் உள்ளே உறைந்திருப்பவனும் ஒருவனே ஆவான். மலரில் எவ்வாறு மணம் நிறைந்திருக்கிறதோ அதைப்போல் அவன் நிறைந்திருக்கிறான். எள்ளில் எங்கே எண்ணெய் இருக்கிறதோ அதுபோல் அவன் இருக்கிறான். அவ்வாறு எல்லா இடங்களிலும் நீக்கமற நிறைந்திருப்பவன் திருமால்தான்” என்றான் பிரகலாதன்.

“நான் தங்களிடம் கூறுவதை உண்மை என்று நீங்கள் ஏற்றுக்கொள்ளத் தயாராக இல்லை. தங்கள் தம்பியாகிய இரணியாட்சனுடைய உயிரைப் பறித்தது யார்? அவன் எங்கிருந்து எப்படி வந்தான்? அவன் எல்லா இடங்களிலும் நிறைந்திருக்கிறான். அவனைத் தாங்கள் காணவேண்டுமானால் என் கண்ணினால் காணவேண்டும். தங்கள் கண்ணினால் பார்த்தால் அவன் புலப்படமாட்டான்” என்று பிரகலாதன் சொன்னதில், திருமாலை நம்பும் மனத்துடன், அவன் உயர்வை ஏற்றுக்கொள்ளும் மனத்துடன் பார்க்கவேண்டும் என்று உணர்த்தியுள்ளான். அவனை ஏற்றுக்கொள்ளாதவர் கண்களுக்குப் புலப்படமாட்டான் என்று புதிர்போட்டு அவன் கூறியுள்ளான்.

“தந்தையே, அந்த இறைவனிடம் மூன்று குணங்கள் நிறைந்துள்ளன. அவை, அமைதி, அரசாட்சி, தாமதம் என்னும் மூன்று குணங்கள். படைத்தல், காத்தல், அழித்தல் என்னும் மூன்று தொழில்களையும் அவன்தான் செய்கிறான். அவன் மூன்று வடிவங்கள் கொண்டுள்ளான். சிவன், திருமால், பிரம்மன் என்னும் மூன்று வடிவங்களும் அந்த நாராயணன்தான். அவனுக்கு மூன்று கண்கள் உள்ளன. அவை ஞாயிறு, திங்கள், நெருப்பு என்னும் மூன்றும் ஆகும். அவன்தான் மூன்று உலகமாகவும் எல்லாப் பொருட்களுக்கும் காரணனாகவும் இருக்கிறான். இதைத்தான் வேதம் சொல்கிறது. இதுதான் முடிவு” என்றான்.

> மூன்று அவன் குணங்கள்,
> > செய்கை மூன்று, அவன் உருவம் மூன்று,
> மூன்று கண், சுடர்கொள் சோதி மூன்று!
> > அவன் உலகம் மூன்று,
> > தோன்றலும் இடையும் ஈறும்
> > தொடங்கிய பொருள்கட்கு எல்லாம்
> > சான்று அவன், இதுவே வேத முடிவு
> > இது சரதம் என்றான். [6437]

பிரகலாதன் சொன்ன அந்தக் கூற்றில் இருக்கும் தெளிவுகண்ட இரணியன் மிகவும் கோபம் கொண்டான். கோபத்தின் மிகுதியால் தனது பற்கள் வெளிப்படும்படியாகச் சிரித்தான்.

பிரகலாதன் கூறியவற்றைக் கேட்டதும் இரணியனுடைய உள்ளத்தில் கோபமும் நகைப்பும் ஒரே நேரத்தில் தோன்றின. ஏனென்றால், அவன் சொல்லும் கண்ணுக்குப் புலப்படாத் தன்மை என்பது ஒரு ஏமாற்று வேலை என உணர்ந்தான். அந்த ஏமாற்று வேலைக்குத் தன் மகனும் எப்படியோ உட்பட்டுவிட்டான் என அறிந்தான். அந்த ஏமாற்று நிலையை மாற்றி உண்மையை அவனுக்கும் உலகத்திற்கும் காட்டவேண்டிய தேவை இரணியனுக்கு இருந்தது.

"ஒரு பொருளில் மட்டும் அல்லாமல் எல்லாப் பொருளிலும் அவன் இருக்கிறான் என்று சொன்னாய்! நல்லது. மிகவும் நல்லது. அப்படி என்றால் அந்தக் கள்வன் இந்தத் தூணின் உள்ளேயும் ஒளிந்து இருப்பான் அல்லவா? அப்படி என்றால் அவனைக் காட்டு!" என்றான்.

"சிறிய அளவான சாண் என்னும் அளவையிலும் அவனால் இருக்கமுடியும். ஒன்று என்னும் பொருண்மை அளவு இல்லாமல் பிளக்கப்பட்ட கண்ணுக்குப் புலப்படாத பொருள்களிலும் அவனால் இருக்கமுடியும். அதாவது அணுவினை நூறுகூறாகப் பிரித்த சிறுகூறிலும் அவன் இருக்கிறான். தாங்கள் ஆட்சி செய்யும் மேருமலை வடிவத்திலும் பெரியவனாக அவனால் இருக்கமுடியும். இங்கே தங்கள் அரண்மனையில் இருக்கும் இந்தத் தூணின் உள்ளேயும் அவனால் இருக்கமுடியும். தாங்கள் சொன்ன சொல்லுக்குள்ளும் அவன்தான் இருக்கிறான் என்பதை நீங்கள் விரைவில் காண்பீர்கள்!" என்றான்.

சாணினும் உளன், ஓர் தன்மை
 அணுவினைச் சதகூறு இட்ட
கோணினும் உளன், மாமேருக்
 குன்றினும் உளன், இந்நின்ற
தூணினும் உளன், நீ சொன்ன
 சொல்லினும் உளன், இத்தன்மை
காணுதி விரைவின் என்றான்!
 நன்று எனக் கனகன் சொன்னான்! (6439)

பிரகலாதன் நிறைவாகச் சொன்னதில் திருமால் விரைவில் தோன்றுவான் என்னும் குறிப்பு அடங்கியிருக்கிறது. கடலில் மிதக்கும்போது திருமாலிடம் பிரகலாதன் வேண்டினான். ஆனால், அவனிடம் திருமால் எந்த வாக்குறுதியும் கொடுக்கவில்லை. அப்படி இருக்கும்போது விரைவில் வருவான் என்று பிரகலாதன் சொன்னதில், தனிப்பட்ட முறையில் அவன், திருமாலிடம் ஓர் உடன்பாடு கொண்டிருக்கிறான் என்பதை உணர்ந்துகொள்ள முடிகிறது. ஆனால், அந்த உடன்பாடு எத்தகையதாக இருந்தாலும் அதனையும் எதிர்கொள்ளும் ஆற்றல் தன்னிடம் இருப்பதாக இரணியன் நம்பினான். அதனால்தான் "நீ சொல்வது மிகவும் நல்லது. நாம் பார்ப்போம்!" என்று பதில் சொல்லியுள்ளான்.

பிரகலாதனின் வஞ்சினம்

இரணியனுக்குப் பிரகலாதனின் உரையிலிருந்து ஒரு தெளிவு ஏற்பட்டது. தேவர்க்கும் தன் மகன் பிரகலாதனுக்கும் இணக்கமானவனாகத் திருமால் இருக்கிறான் என்னும் தெளிவு ஏற்பட்டது. இனிமேல் இவனைத் தன் மகன் என்று ஏற்றுக்கொள்ள இயலாது என உணர்ந்தாலும் பாசம் அவனை இப்போதும் வாட்டியது.

"எல்லா இடங்களிலும் பரந்து இருக்கிறான் உங்கள் இறைவன் என்று சொன்னாயே! அந்த இறைவனை நீ காட்டு. அதுவரை நான் உன்னைக் கொல்லப்போவதில்லை. ஒருவேளை அவனை இந்தத் தூணில் உன்னால் காட்ட இயலவில்லை என்றால் யானையின் மத்தகத்தில் சிங்கம் எப்படித் தாக்கிக் கொல்லுமோ அதைப்போல் உன்னையும் கொன்று உன் இரத்தத்தைக் குடித்துத் தின்னுவேன்" என்றான்.

    உம்பர்க்கும் உனக்கும் ஒத்து
        இவ்வுலகு எங்கும் பரந்துளானைக்
    கம்பத்தின் வழியே காணக்
        காட்டுதி! காட்டாய் ஆகில்
    கும்பத்தின் கரியைக் கோள்மாக்
        கொன்றென நின்னைக் கொன்று உன்
    செம்பு ஒத்த குருதி தேக்கி,
        உடலையும் தின்பென் என்றான்.   [6440]

இந்தச் சூழ்நிலையில்தான் பிரகலாதனைத் தனது பகைவனாகவே கருதுகிறான் இரணியன். அதுவரை தனது பகைவனின் ஆதரவாளனாகத்தான் எண்ணினான். இப்போதுதான் இவனும் தன் பகைவன் என்பதை உணர்ந்தான். அதனால்தான் அவன் பேச்சில் கோபத்தின் உச்சம் வெளிப்பட்டுள்ளது.

"என்னுடைய உயிரை உன்னால் கொல்லமுடியாது. நான் முன்புசொன்ன இறைவன் இங்கே உள்ள இடங்களிலிருந்து கண்ணுக்குப் புலப்படும்படியாகத் தோன்றவில்லை என்றால் என் உயிரைத் தாங்கள் அழிக்கவேண்டாம்! நானே என்னுயிரை மாய்த்துக்கொள்வேன்! அதன்பின்னரும் நான் உயிருடன் வாழமாட்டேன்! அப்படி நான் வாழ்ந்தால் அந்த ஓரிறைவனுக்கு நான் அடியவனாக இருப்பதற்குத் தகுதியற்றவன் ஆகிவிடுவேன்!" என்று வஞ்சினம் கூறினான்.

என்உயிர் நின்னால் கோறற்கு
எளியது ஒன்று அன்று! யான் முன்
சொன்னவன் தொட்ட தொட்ட
இடந்தொறும் தோன்றான் ஆயின்
என்உயிர் யானே மாய்ப்பல்!
பின்னும் வாழ்வு உகப்பல் என்னின்
அன்னவற்கு அடியேன் அல்லேன்
என்றனன் அறிவின் மிக்கான்! (6441)

தன்னைக் கொல்ல வந்த தந்தையைப் பார்த்து, முதலில் இது நீங்கள் எனக்குத் தந்த உயிர், நீங்களே எடுத்துக்கொள்ளுங்கள் என்றான். ஆனால், இப்போது என் உயிரைத் தங்களால் பறிக்க இயலாது என்று வீறுடன் பேசியுள்ளான். இந்த இடைப்பட்ட சூழ்நிலையில் அவனுக்கு எத்தகைய உதவிகள் கிடைத்தன என்பது இங்கே சிந்தனைக்கு உரியவை.

இந்தப் பகுதியில் பிரகலாதனை 'அறிவின் மிக்கான்' என்று கம்பன் பாடியிருப்பதை மிகுந்த அறிவுகொண்டவன் என்று எடுத்துக்கொள்ள இயலவில்லை. தந்தையை எதிர்த்துக் கொல்லத் துணிந்த அறிவு மிகுந்தவன் என்றுதான் எடுத்துக்கொள்ள முடிகிறது. எனவே, பிரகலாதனின் இந்தச் செயலைக் கம்பனும் ஏற்றுக்கொள்ளவில்லையோ என்றுதான் எண்ணத் தோன்றுகிறது.

சிங்கத்தின் சிரிப்பொலி

இறைவன் என்னும் பொருளை ஏற்றுக்கொள்ளாதவன் இரணியன். அப்படி எந்த இறைவனும் இந்த உலகத்தைப் படைக்கவும் இல்லை, காக்கவும் இல்லை, அழிக்கவும் இல்லை என்னும் அறிவுத் தெளிவுடையவன் அவன். அதனால் தன் மகன், ஒரு கொள்கையை ஏற்றுக்கொண்டு அதன்படி இறைவன் ஒருவன் இருக்கிறான் என்று சொன்னதை மெய்ப்பிக்குமாறு காத்திருந்தான். அதனால் பிரகலாதனைப் பார்த்து, “நீ இறைவனைக் காட்டுவேன் என்று சொன்னது நல்லது, நல்லது” என்று சொன்னபடி சிரித்தான்.

சிரித்தபடியே இரணியன், பிரகலாதனைப் பார்த்து, “நீ சொன்ன அந்த இறைவன் இந்தத் தூணில் இருக்கிறானா?” என்று அடித்துக்காட்டினான். இரணியன் அந்தத் தூணை அடித்ததும் தூணின் உள்ளே இருந்து சிங்கம் சிரித்தது. அது சிரித்த சிரிப்பில் எட்டுத்திசைகளும் அந்தச் சிரிப்பை எதிரொலித்தன. அண்டத்தைப் பிளந்துகொண்டு அந்தச் சிரிப்பொலி சென்றது என்று கம்பன் பாடியுள்ளான்.

நசை திறந்து இலங்கப் பொங்கி,
நன்று! நன்று! என்ன நக்கு
விசை திறந்து உருமு வீழ்ந்தது
என்ன ஓர் தூணின் வென்றி
இசை திறந்து உயர்ந்த கையால்
எற்றினான்! எற்றலோடும்

திசை திறந்து அண்டம் கீறச் சிரித்தது அச்செங்கண் சீயம்! [6442]

இரணியன் அந்தத் தூணில் ஓங்கி அடித்த வேகத்தில் இடி விழுந்ததைப்போல் சத்தம் கேட்டது என்னும் பகுதியிலும் பல வெற்றிப் புகழ்கொண்ட கையினால் ஓங்கி அடித்தான் என்னும் தொடரிலும் இரணியனைப் புகழ்ந்து கூறியுள்ளான் கம்பன்.

சிங்கம் என்பது உயிருள்ள ஓர் அஃறிணை. அதற்குச் சிரிக்கத் தெரியாது. சீறுவதற்குத்தான் தெரியும். ஆனால், கம்பன் இங்கே சிங்கம் சிரித்தது என்று பாடியுள்ளான். மனிதனும் சிங்கமும் கலந்த தோற்றத்தில் இருந்த காரணத்தால் அந்தச் சிங்கம் சிரித்திருக்கிறது என்று எண்ணும் வகையில் சிரித்ததைக் காட்சிப்படுத்தியுள்ளான்.

சிங்கத்தின் சிரிப்பொலியைக் கேட்டதும் தான் செய்த வஞ்சினம் வெற்றியை நோக்கி நகர்கிறது என உணர்ந்தான் பிரகலாதன். அதனால் அவன் மகிழ்ந்தான். அந்தச் சிரிப்பொலியைக் கேட்டதும் அவனை அறியாமல் அவன் ஆடினான். ஆனந்தத்தால் அழுதான். பாடினான். தனது கைகளைத் தலையில் வைத்து வணங்கினான். தனது மகிழ்ச்சி ஆரவாரத்தை வெளிப்படுத்தும் வகையில் அங்கும் இங்கும் துள்ளி ஓடினான்.

நரசிங்கத்தின் தோற்றம்

சிங்கத்தின் சிரிப்பொலிக் கேட்டதும் இரணியன் அச்சம் கொள்ளவில்லை. தனக்குப் பயந்து கடலுக்குள் ஓடி ஒளிந்திருந்த அந்தத் திருமால் இப்போது அச்சம் நீங்கி நரசிங்கம் வடிவம் தாங்கி இங்கேதான் இந்தத் தூணில் மறைந்திருக்கிறான் என்று தெரிந்ததும் அவனை நேருக்குநேர் எதிர்கொள்ளுமாறு அழைத்தான்.

போர் என்றால் இருவர் நேருக்குநேர் நின்று போர் செய்தல் என்று பொருள். ஆனால், இங்கே நரசிங்கம் நேரில் வராமல் தூணுக்குள் மறைந்திருக்கிறான். அப்படி மறைந்திருக்கும் அவனை நேருக்குநேர் போருக்கு வாடா என்று அழைத்தான் இரணியன். "நீ மறைந்திருப்பதற்குக் கடல்நீர் போதாது என்று இந்தத் தூணினைத் தேர்ந்தெடுத்தாயா? போர் செய்ய வந்தாய் என்றால் ஏன் ஒளிந்திருக்கிறாய்! நேருக்குநேர் போருக்கு வாடா!" என்று அழைத்த இரணியன், தனது கால்களை இடம் மாற்றி வைத்தான். அவ்வாறு அவன் வைக்கும்போது இந்த உலகம் முழுவதும் அதிர்ந்தது.

ஆரடா சிரித்தாய்? சொன்ன
அரிகொலோ? அஞ்சிப் புக்க
நீர்அடா போதாதென்று
நெடுந்தறி தேடினாயோ?
போர்அடா பொருதியாயின்
புறப்படு! புறப்படு! என்றான்
பேர்அடா நின்ற தாளோடு
உலகெலாம் பெயரப் பேர்வான். [6444]

இந்தப் பாடலில் போருக்குப் புறப்படு, புறப்படு என்று சொற்களை அடுக்கிச் சொல்வதுபோல் கம்பன் பயன்படுத்தியுள்ளான். விரைவாக வந்து என்னுடன் போர் செய் என்னும் பொருள் அதில் அடங்கியிருக்கிறது.

அப்போது பெருஞ்சத்தத்துடன் தூண் பிளந்தது. தூணுக்குள் இருந்து சிங்கம் தோன்றியது. வெளிப்பட்டுத் தோன்றிய அந்தச் சிங்கம் வளர்ந்தது. அதனுடைய வளர்ச்சியானது எட்டுத் திசையையும் தொடும் அளவிற்கு இருந்தது. அது அண்டத்தைத் தாண்டி உயர்ந்தது. அந்தச் சிங்கத்தின் வளர்ச்சியால் இந்த உலகம் மேலேயும் கீழேயும் கிழிந்தது என்று கம்பன் காட்டியுள்ளான்.

விண்ணுக்கும் மண்ணுக்கும் வளர்ந்து நின்ற நரசிங்கம் கழுத்தில் துளசி மாலை அணிந்திருந்தது. நரசிங்கத்திற்கு எத்தனை கைகள் இருந்தன என எவராலும் எண்ணமுடியாது. அதனுடைய தலைகளும் எத்தனை என்று எண்ணமுடியாது. எத்தனைக் கோடி அசுரர்கள் திரண்டுவந்தாலும் அத்தனைப் பேரையும் விழுங்கும் ஆற்றல் கொண்டதாய் அது விளங்கியது.

நல்லவர்களைத் தன் வயிற்றுக்குள் வைத்துக் காப்பாற்றும் ஆற்றல்கொண்ட அந்த நரசிங்கம், அசுரர்களை அழிப்பதற்கென்றே தோன்றியது.

இராவணன் போருக்கு அழைத்ததை ஏற்றுக்கொண்டு வெளிப்பட்ட அந்த நரசிங்கம், தனது ஆயிரக்கணக்கானக் கைகளை நீட்டி, அசுரர்களைப் பிடித்தது.

அசுரர்களை அழித்த நரசிங்கம்

அசுரர் குலத்தை அழிப்பதற்கென்றே நரசிங்கம் அவதரித்தது. எனவே, போருக்கு வந்த அசுரர்கள் அனைவரையும் அது கொல்லத் தொடங்கியது.

பல அசுரர்களைத் தனது கோரப்பல்லினால் கடித்துக் கொன்றது. இன்னும் பலரைப் பூமியில் தேய்த்துக் கொன்றது. மேலும், பலரைப் பிடித்துத் தரையில் அடித்துக் கொன்றது. மேலும், பலரை மேருமலையில் அடித்துக் கொன்றது. சில அரக்கர்களைத் தனது விரல்களினால் பிசைந்து கொன்றது. சில அரக்கர்களைக் கடலினுள் அமுக்கிக் கொன்றது. சில அரக்கர்களை நெருப்பில்போட்டுக் கொன்றது.

பேருடை அவுணர் தம்மைப்
பிறை எயிற்று அடக்கும், பேராப்
பாரிடைத் தேய்க்கும், மீளப்
பகிரண்டத்து அடிக்கும், பற்றி
மேருவில் புடைக்கும், மான
விரல்கவில் பிசையும், வேலை
நீரிடைக் குமிழி ஊட்டும்,
நெருப்பிடைச் சுரிக்க நீட்டும். [6452]

சில அசுரர்களைப் பிடித்துத் தூக்கி, தன் நகத்தால் அவர்களை இரண்டு துண்டாக்கிக் கொன்றது. அசுரர்களின் வாயைப் பற்றிப் பிடித்து மேலும் கீழுமாகக் கிழித்துக் கொன்றது. அவர்களது

உடலில் உள்ள தடித்த தோல்களை உரித்துக் கொன்றது. அசுரர்களின் தீ உமிழும் கண்களைப் பிடுங்கி எறிந்தது. அவர்களின் வயிற்றைப் பிளந்து குடலை இழுத்து, அவர்களை அப்படியே பிசைந்து கொன்றது. நரசிங்கத்தின் நகக்கண்ணின் உள்ளே சில அசுரர்கள் சென்று பதுங்கினர். அவற்றை இன்னொரு கையில் உள்ள நகத்தினால் பற்றிப் பிடித்துக் கொன்றது. யானைகளையும் குதிரைகளையும் ஒன்றாகத் தூக்கி அப்படியே வாயில் போட்டுத் தின்றது. அலைகள் அடித்த கடலை அப்படியே தாகம் தீரும் வகையில் அங்கே உள்ள மீன்களோடு குடித்தது. மேகத்தை இடியுடன் சேர்த்து விழுங்கியது. இப்படிக் கண்ணில் கண்ட அசுரர்களையும் மற்றப் பொருள்களையும் விழுங்கிய பிறகும் நரசிங்கத்தின் கோபம் அடங்கவில்லை.

சில அசுரர்கள் சக்கரவாள மலையில் போய்ப் பதுங்கினர். அவர்களை எல்லாம் அந்த மலையுடன் எற்றிக் கொன்றது. சிலரை அண்டத்தைச் சூழ்ந்துள்ள சுவர்களில் தேய்த்துக் கொன்றது. அசைக்கமுடியாத தொடர்மலைகளான ஏழுமலைத் தொடரில் சில அசுரர்களை அடித்தும் தேய்த்தும் கொன்றது. பூமியின் எட்டுத்திசைகளிலும் அடர்ந்திருக்கும் இருட்டில் சில அசுரர்களை அழித்தது.

சில அசுரர்கள் மலையில் இடமில்லாமல் உருண்டு விழுந்தனர். அவர்களை எல்லாம் கையில் பிடித்து அவர்களின் தலைகளை எல்லாம் நகத்தால் கிள்ளி எறிந்தது. சிலரைத் தனது கைகளில் வைத்து நெருப்புத் தோன்றுமாறு பிசைந்து கொன்றது. இன்னும் சிலரைக் கொல்லும் தன்மைகொண்ட கருவிகளால் கொன்று குவித்தது. அசுரர்களின் உடல்கள் எல்லாம் உயிரற்ற சக்கையாய்க் கிடக்கும் வகையில் எல்லா அசுரர்களின் உயிரையும் நரசிங்கம் குடித்தது.

மலைகளின் புரண்டு வீழ
வள்உகிர் நுதியால் வாங்கித்
தலைகளைக் கிள்ளும், அள்ளித்
தழல் எழப் பிசையும், தக்க
கொலைகளின் கொல்லும், வாங்கி
உயிர்களைக் குடிக்கும், வான
நிலைகளில் பரக்க, வேலை
நீர்களை நிரம்பத் தூர்க்கும். [6456]

அசுரர்களின் உடலை வான மண்டலம் முழுவதும் பரப்பியது. அசுரர்களைக் கடலில் தூக்கி எறிந்ததால் கடல் தூர்ந்தது. மூன்று உலகங்களிலும் அசுரர்கள் இல்லாதவாறு எல்லோரையும் பிடித்துக் கொன்றது. அசுரப் பெண்களில் கர்ப்பம் தாங்கியிருந்த பெண்களின் கரு கலையுமாறு தாக்கியது. இந்த அண்டத்திற்கு அப்பால் யாரேனும் தப்பிப்போயிருந்தால் அவர்களையும் தேடி, தனது கைகளை நீட்டியது.

இரணியனும் அவனுடைய மகனுமான பிரகலாதனும் அல்லாத எல்லா அசுரர்களையும் நரசிங்கம் கொன்றது. அந்த நரசிங்கம் எப்போது வரும் என்று எதிர்பார்த்து, போருக்கு இரணியனும் காத்திருந்தான்.

இரணியனின் போரும் வீழ்ச்சியும்

இரணியன் தனது கையில் வாளை உருவியபடி எழுந்து நின்றான். அவனது இன்னொரு கையிலிருந்த கேடயமானது விண்ணுலகம் முழுவதையும் மறைக்கும் அளவிற்குப் பெரியது. அவன் போருக்குப் புறப்பட்டு நிற்பதைக் கண்டதும் இந்த உலகத்தில் உள்ளோர் எல்லோரும் நடுங்கினர். கடலும் மலையும் குலுங்கின. மேரு மலை உயிர்பெற்று வந்தால் எப்படி இருக்குமோ அப்படிப் போருக்குப் புறப்பட்டான் இரணியன்.

இரணியனின் போர்க்கோலத்தைக் கண்ட பிரகலாதன், தனது தந்தையைப் பார்த்து, "அந்த நரசிங்கத்திடம் சென்று வணங்குங்கள். அவ்வாறு வணங்கினால் நீங்கள் உயிர்ப்பெற்று வாழலாம். நீங்கள் எவ்வளவு தீமை செய்திருந்தாலும் எல்லாவற்றையும் இந்த நரசிங்கம் பொறுத்தருளும்" என்றான்.

"எனக்கு உரிமை உடைய மனைவி என்மேல் ஊடல் கொண்ட காலத்தில்கூட நான் வணங்கியதில்லை. எல்லோரையும் போரில் அழிக்கும் ஆற்றல்கொண்ட இந்தச் சிங்கத்தின் தோள்களையும் கால்களையும் நீ பார்த்துக்கொண்டிருக்கும்போதே வெட்டி வீழ்த்துவேன். அதன்பிறகு உன்னையும் கொல்வேன்" என்றான் இரணியன்.

கேள் இது, நீயும் காண,
கிளர்ந்த கோள்அரியின் கேழ்இல்
தோளொடு தாளும் நீக்கி
நின்னையும் துணித்துப் பின் என்

வாளினைத் தொழுவது அல்லால்
வணங்குதல் மகளிர் ஊடல்
நாளினும் உளதோ? என்னா
அண்டங்கள் நடுங்க நக்கான். [6461]

அந்தச் சிங்கத்தையா என்னை வணங்கச் சொன்னாய். அந்தச் சிங்கத்தையும் உன்னையும் கொன்றுவிட்டு, எனது வாளினை வணங்குவேனே அல்லாமல் வேறு எதையும் நான் வணங்கமாட்டேன் என்றான். அதுமட்டும் அல்லாமல் பிரகலாதனைப் பார்த்துச் சிரித்தான் இரணியன்.

இரணியனின் கண்களிலும் கைகளிலும் கால்களிலும் தீப்பொறிப் பறந்தது. அவ்வளவு வேகத்துடன் வந்த இரணியனைக் கொல்வதற்காகவே எண்ணிக்கையில் அடங்காத கைகளைக் கொண்டு தோன்றியது நரசிங்கம். அது தன்னுடைய கைகளால் அவன் உடலை முற்றிலும் சுற்றிக் கட்டியது.

இரணியனும் நரசிங்கமும் ஒருவரையொருவர் கட்டிப்பிடித்தபடி சண்டையிட்டனர். அவர்கள் இருவரும் இந்த அண்டத்தின் மேலாக உயர்ந்து நின்று சண்டை செய்ததைத் தேவர்கள்கூடக் காணமுடியாத அளவிற்கு விரைவாகத் தாக்கிக்கொண்டனர். அவர்கள் இருவரும் இணைந்து நின்று சண்டை செய்வதை ஒப்பிடவேண்டும் என்றால் இரணியனை மேருமலைக்கும் நரசிங்கத்தை மீதம் உள்ள வேறு பொருள்கள் அனைத்திற்கும்தான் ஒப்பிட முடியும் என்று கம்பன் காட்சிப் படுத்தியுள்ளான்.

இருவரும் பொருந்தப் பற்றி
எவ்வுலகுக்கும் மேலாய்
ஒருவரும் காணாவண்ணம்
உயர்ந்ததற்கு உவமை கூறின்
வெரு வரு தோற்றத்து அஞ்சா
வெஞ்சின அவுணன், மேரு
அரு வரை ஒத்தான், அண்ணல்
அல்லவை எல்லாம் ஒத்தான். [6463]

இந்தப் பாடலில் கம்பன், இரணியனின் தோற்றத்தைக் கண்டு எல்லோரும் அஞ்சுவார்கள் என்றும், அவன் அஞ்சா நெஞ்சினன் என்றும், மேரு மலைபோல் மிகவும் பெரியவன் என்றும் புகழ்ந்து கூறியுள்ளான்.

நரசிங்கம் பெருமுழக்கம் முழங்கியது. கூரிய நகம்கொண்ட கைகளால் இரணியனைப் பற்றிப் பிடித்தது. அவ்வாறு அந்த நரசிங்கம் எழுந்து பொங்கியதைப் பார்க்கும்போது பாற்கடலானது பிரம்மன் தங்கியிருக்கும் சத்தியலோகத்தையும் தாண்டிப் பொங்கியதுபோல் காட்சியளித்தது என்று கூறியுள்ளான்.

இப்படி இருவரும் போர் செய்துகொண்டிருக்கும்போது எண்ணிலடங்காக் கைகளைக்கொண்ட நரசிங்கம் தனது ஒரு கையினால் இரணியனின் இரண்டு கால்களையும் பற்றிப் பிடித்தது. அவனை அப்படியே சுழற்றியது. அவன் சுழற்றப்படும்போது அவனது உடல் பிரம்மலோகத்தில் உள்ள உயர்ந்த பெரிய சுவரில் பட்டு உராய்ந்தது.

இரணியனைச் சுழற்றும்போது அவனது இரண்டு காதிலும் தொங்கிய குண்டலங்கள் கழன்று கிழக்கிலும் மேற்கிலும் போய்விழுந்தன. அந்த இரண்டும் போய்விழுந்த இடங்கள், சூரியன் தோன்றும் மலையாகவும் மறையும் மலையாகவும் தோன்றின.

இரணியனின் மார்பில் தனது கூர்மையான நகங்களை வைத்துக் கிழித்தான் நரசிங்கன். அப்போது அவனது மார்பிலிருந்து இரத்தம் பாய்ந்தது. அது, இந்த உலகம் முழுவதும் பரவியது.

இவ்வாறு இரணியனைக் கொல்வதற்கு நரசிங்கம் தேர்ந்தெடுத்த நேரம் எதுவென்றால் கதிரவன், தன் கதிர்களைச் சுருக்கிக்கொள்ளும் அந்தி நேரம். அவனைக் கொல்வதற்குத் தேர்வுசெய்த இடம் எதுவென்றால் இரணியுடைய மாளிகையும் இல்லாமல் வெளியிலும் இல்லாமல் அவனுடைய அரண்மனையின் வாயில்படி ஆகும். எந்த ஆயுதத்தையும் பயன்படுத்தாமல் தன்னுடைய கூரிய நகங்களினால் அவனது மார்பைப் பிளந்ததால் இரணியனின் இரத்தமானது மேல்நோக்கிப் பொங்கிப் பாய்ந்தது. மனிதனாலும் தேவர்களாலும் விலங்குகளாலும் கொல்லமுடியாது என்ற காரணத்தினால்தான் மனிதனாகவும் தேவனாகவும் விலங்காகவும் இல்லாத நரசிங்கம் என்னும் உருவத்தை எடுத்துவந்து கொன்றான் திருமால்.

ஆயவன் தன்னை மாயன்
அந்தியின் அவன் பொன் கோயில்
வாயிலில், மணிக் கவான் மேல்
வயிரவாள் உகிரின், வானின்
மீஎழு குருதி பொங்க
வெயில் விரி வயிர மார்பு

தீ எழப் பிளந்து நீக்கித்
        தேவர்கள் இடுக்கண் தீர்த்தான்.   [6468]

இவ்வாறு இரணியன் பெற்ற வரங்கள் எல்லாம் அல்லாத நிலையில் வந்து, கொன்று தேவர்கள் அனைவரின் துன்பத்தையும் போக்கினான் திருமால்.

தேவர்கள் அச்சம் நீங்கித் தோன்றுதல்

இரணியனுக்கு அஞ்சி ஓடி ஒளிந்திருந்தனர் தேவர்கள். அந்தத் தேவர்கள் எல்லோரும் இரணியன் இறந்ததும் தாங்கள் மறைந்திருந்த இடங்களிலிருந்து வெளிப்பட்டனர். அவ்வாறு வெளிப்பட்டவர்களில் மூன்று கண்களைக்கொண்ட சிவபெருமானும் எட்டுக் கண்களைக்கொண்ட நான்முகனும் அடங்குவார்கள். மேலும், ஆயிரம் கண்கொண்ட இந்திரனும் அவனைச் சேர்ந்த தேவர்களும் வந்தனர். இவர்களால் நரசிங்கத்தின் உருவத்தை ஒரே பார்வையில் பார்க்க இயலவில்லை. அவ்வளவு பேருருவமாக அது நின்றது.

எங்கே பார்த்தாலும் நரசிங்கத்தின் கைகளும் கால்களும் உடல் பகுதிகளும் தோன்றின. அந்த உருவத்தைப் பார்த்ததும் தேவர்கள் அனைவரும் அச்சம் கொண்டனர். ஆனால், பயம் கலந்த பக்தியுடன் பிரம்மன், அந்த நரசிங்கத்தின் முன்னால் வந்தான். ஒரு பல்லுக்கும் இன்னொரு பல்லுக்கும் ஆயிரம் காத தூரம் இடைவெளி கொண்டிருந்தது அந்த நரசிங்கம். அதனுடைய முகங்கள் பல கோடிக்குமேல் தோன்றின. உருவம் எந்த அளவுக்கும் கட்டுப்படாத அளவு பெரிதாக இருந்தது. அத்தகைய அந்தப் பேருருவத்தைப் பார்த்து, அதன் புகழினைப் புகழ்ந்தான் பிரம்மன்.

"இந்த உலகத்தையும், உலகத்தில் தன்னையும் படைத்தவன் திருமால் என்பதனை உணர்த்தும் வகையில் இப்போது எடுத்திருக்கும் இந்த நரசிங்கத்தின் தோற்றம் விளங்கியது. இந்த உலகத்தில் பல உயிர்களை உருவாக்குவதற்காக என்னைப்

படைத்தவனும் நீதான் என்று சொன்னால் உனது புகழைப் போற்றுவதாகிவிடாது" என்று போற்றினான்.

தன்னைப் படைத்ததும் தானே எனும் தன்மை
பின்னைப் படைத்ததுவே காட்டும், பெரும்பெருமை
உன்னைப் படைத்தாய் நீ என்றால், உயிர் படைப்பான்
என்னைப் படைத்தாய் நீ எனும் இதுவும் ஏத்து ஆமோ?

[6473]

"இந்த உலகத்தில் உள்ள பல்லாயிரம் கோடி அண்டங்களும் கடலில் தோன்றும் நீர்க்குமிழிபோல் உன்னிடம் இருந்தே தோன்றுகின்றன. இந்த உலகத்தில் உள்ள பொருள்களில் எல்லாம் நீயே நிறைந்திருக்கிறாய் என்னும்போது வரம்பில்லாத இந்த நரசிங்க வடிவத்தைப் படைத்தவனும் நீதான் என்பது தெளிவானதாகும்."

"ஒன்றாக இருக்கும் ஒரு பொருளுக்கே அதன் பல்வேறு தன்மையைக் கருத்திற்கொண்டு பல்வேறு பெயர்களைச் சூட்டுகிறோம். இந்த உலகைப் படைத்தவனும் காப்பவனும் அழிப்பவனும் நீ ஒருவன்தான்! எல்லா உயிர்களிலும் நீயே இருக்கிறாய் என்றால் யாரைப் படைக்கிறாய்? யாரைக் காக்கிறாய்? யாரை அழிக்கிறாய்? என்னும் கேள்வி எழும்" என்று பிரம்மன் புகழ்வதுபோல், புகழும்போது கம்பன் கேள்வியாகக் கேட்டுள்ளான். இந்த முரண்பாடானக் கேள்வியானது கம்பனுக்குத் தோன்றியது என்பதை இந்தப் பாடல் நமக்குப் புலப்படுத்துகிறது.

"உன்னிலிருந்து என்னை நீ படைத்தக் காரணத்தால் நீதான் என் தந்தை. என்னிலிருந்து எப்பொருளும் தோன்றுவதால் அவற்றிற்கும் நீயே தந்தை என்று நான் எண்ணுகிறேன். உனக்கு முன்னாலும் உனக்குப் பின்னாலும் உனக்கு இணையானோர் யாரும் இல்லை. பொன்னிலிருந்து பொற்கலன் தோன்றுவதுபோல் உன்னிலிருந்து நான் தோன்றியுள்ளேன்" என்று தன்னை மகனாகப் பாவித்து, பிரம்மன் புகழ்ந்தான்.

நின்னுளே என்னை
நிருமித்தாய்! நின் அருளால்
என்னுளே எப்பொருளும்
யாவரையும் யான் ஈன்றேன்!
பின்இலேன், முன்இலேன்,
எந்தை பெருமானே!

பொன்னுளே தோன்றியது ஓர்
பொற்கலனே போல்கின்றேன். [6475]

இவ்வாறு பிரம்மன் புகழ்ந்து போற்றுவதைக் கேட்டதும் நரசிங்கத்தின் சீற்றம், கொஞ்சமாகக் குறையத் தொடங்கியது.

கண்ணில் கண்டவற்றை எல்லாம் என்னவென்று பார்க்காமலே கொன்றும் உண்டும் அழித்த அந்த நரசிங்கம், தங்களையும் கொன்று தின்றுவிடும் என்றுதான் தேவர்கள் அஞ்சினார்கள். எனவேதான் அதன் கோபத்தைத் தணிப்பதற்காக மகன் நிலையில் இருக்கும் பிரம்மன் புகழ்ந்து கூறினான். அதனைக் கேட்டதால் கோபத்தையும் உருவத்தையும் ஒடுக்கியது நரசிங்கம்.

உடனே பிரம்மனும் சிவனும் மற்ற தேவர்களும் நரசிங்கத்தை வணங்கினார்கள். நரசிங்கத்தின் நேருக்குநேராக நின்று வணங்காமல் எல்லோரும் இரண்டு பக்கத்திலும் பிரிந்து நின்று வணங்கினார்கள்.

இந்த உலகங்கள் எல்லாம் இப்போது இந்த நரசிங்கத்தால் அழிந்துவிடும் என்று அஞ்சிக்கொண்டிருந்த தேவர்களைப் பார்த்து, 'அஞ்சாதீர்கள்!' என்று அருள் பார்வை பார்த்தது. அந்தப் பார்வையின் அருள் அடையாளமாகத் தனது கையினால் அருளினான்.

மகன் நிலையில் பிரம்மனை அனுப்பிய தேவர்கள் அதன்பிறகு மனைவி நிலையில் இருக்கும் திருமகளைத் திருமாலின் அவதாரமாகத் தோன்றியுள்ள நரசிங்கத்தை நோக்கி அனுப்பினார்கள். அந்தத் திருமகளை அன்புநிறைந்த கண்களால் கண்டது நரசிங்கம்.

பிரகலாதனுக்கு முடிசூட்டல்

தேவர்கள் அனைவரும் வெற்றி ஆரவாரம் செய்தபோது யாரும் பிரகலாதனைக் கவனிக்கவில்லை. இரணியன் என்னும் இணையிலா வீரனின் ஒவ்வொரு நடைமுறையையும், யாரால் அறிந்துகொண்டு இந்த வெற்றியைப் பெற்றார்களோ அந்த வெற்றிக்குக் காரணமான பிரகலாதனை யாரும் கண்டுகொள்ளவில்லை. பிரகலாதனும் அதைப்பற்றி எல்லாம் கவலைப்படாமல் ஓரமாக நின்றான்.

கோபம் முழுமையும் அடங்கிய நரசிங்கத்தின் இடப்பக்கத்தில் திருமகள் வீற்றிருந்தாள். அப்போது பிரகலாதன், நரசிங்கத்தைப் பார்த்தான். அவனும் அருள் பார்வையுடன் பிரகலாதனைப் பார்த்தான்.

"உனது தந்தையை உனக்கு முன்னாலேயே நான் கொன்றேன். அவனது உடலைப் பிளந்தேன். அவனது குடலைக் கைகளால் அளைந்தேன். அதையெல்லாம் கண்ட பின்னரும் உனக்குத் தந்தை என்னும் பாசம் மேலோங்கவில்லை. எது அறம் என்று நீ நினைத்தாயோ அதைச் சார்ந்தே நின்றாய். அளவில்லாத அன்பினை என்மேல் வைத்தாய். உனக்கு நான் என்ன கொடுத்தாலும் தகும். எனக்குப் பேருதவி புரிந்ததால் நீ என் தந்தை போன்று உயர்ந்தவன் ஆகிவிட்டாய்! உனக்கு நான் என்ன உதவி செய்தாலும் அது, நீ செய்த உதவிக்கு ஈடாகாது" என்றது நரசிங்கம்.

உந்தையை உன்முன்னே
கொன்று, உடலைப் பிளந்து அளைய,

சிந்தை தளராது
அறம் பிழையாச் செய்கையாய்
அந்தமிலா அன்பு என்மேல்
வைத்தாய்! அளியத்தாய்!
எந்தை! இனி இதற்குக்
கைம்மாறு யாது? என்றான்.   [6481]

என்ற நரசிங்கம் தொடர்ந்து பிரகலாதனைப் பார்த்துச் சொன்னது.

"கண்ணிமைக்கும் ஒரு நொடியை ஆயிரம் கூறாக்கினால் அதில் வரும் ஒரு கூறான நேரத்திற்குள் உன் தந்தையை என் நகத்தால் பகுத்தேன். அவனது உயிரைத்தேடி அறிவதற்காக அவனைத் துழாவினேன். அதை எல்லாம் கண்ணால் பார்த்துக் கொண்டிருந்தபோதும் என்மேல் நீ பகைமை கொள்ளவில்லை. மேலும், அன்புடையவனாகவே இருக்கிறாய். உனக்கு என்னால் என்ன உதவியைச் செய்யமுடியும்?"

பிரகலாதனும் அசுரர் குலத்தைச் சேர்ந்தவன்தான். எனவே நரசிங்கம், அவனுக்கு ஓர் உறுதியைக் கூறியது. "இனிமேல் எக்காரணத்தை முன்னிட்டும் உன் குலத்தோரைக் கொல்லமாட்டேன். அவர்கள் எல்லை இல்லாத குற்றங்களைச் செய்தாலும் நான் கொல்லமாட்டேன். உனக்கு இனிமேல் நான் எப்போதும் நல்லவனாகவே இருப்பேன். உனக்கு என்ன வேண்டுமோ என்னிடம் கேள்" என்றது.

கொல்லேன் இனி உன்
குலத்தோரை – குற்றங்கள்
எல்லை இலாதன
செய்தாரே என்றாலும்!
நல்லேன் உனக்கு, என்னை
நாணாமல் நான் செய்வது
ஒல்லை உளதேல்
இயம்புதியால் என்று உரைத்தான்.   [6483]

பிரகலாதனின் வெட்க மனப்பான்மையையும் அந்தத் தேவர் கூட்டத்தில் தன்னைத் தனியனாய் நினைத்த நினைப்பையும் போக்குவதற்காகவே நரசிங்கம் இவ்வாறு சொன்னது. இங்கே இன்னொரு தகவலையும் நாம் அறிந்துகொள்ள வேண்டும். மாவலி

சக்கரவர்த்தி என்பவன் பிரகலாதனின் பேரன். அவனைத் திருமால் வாமன அவதாரத்தில் கொன்றதாக நாம் கருதுகிறோம். அதற்குமாறாக அவனைத் தனது திருவடியில் அடக்கிக்கொண்டான். எனவே, சொல்ல சொல்லை மீறவில்லை என்று கூறிப்பிடுகிறார்கள். இராவணனைக் கொல்லவில்லையா என்ற கேள்வி எழுந்தால் அவனுக்கு வீடுபேற்றினைக் கொடுத்தான் என்பர்.

"நான் கேட்டுக்கொண்ட நேரத்தில் தாங்கள் வந்து என் மானத்தைக் காத்து என் வஞ்சினத்தை நிறைவு செய்தீர்கள். இவ்வாறு நான் முன்பே தங்களிடமிருந்து பேறுபெற்றுவிட்டேன். இனிமேல் பெறுவதற்கு எதுவும் இல்லை. இனிமேல் வரும் பிறவியில் நான் எலும்பில்லாத புழுவாகப் பிறந்தாலும் தங்களின் அன்பினைப் பெறும் பேற்றினை எனக்கு அருள்புரிய வேண்டும்" என்று கேட்டான்.

முன்பு பெறப் பெற்ற பேறோ முடிவில்லை
பின்பு பெறும் பேறும் உண்டோ? பெறுவேனேல்
என்பு பெறாத இழிபிறவி எய்திடினும்
அன்பு பெறும் பேறு அடியேற்கு அருள் என்றான். [6484]

நரசிங்கத்தின் அன்பு மட்டுமே எல்லாப் பிறப்பிலும் தனக்கு வேண்டும் என்னும் தன்னடக்கம் பிரகலாதனிடம் இருந்தாலும் அவன், எக்காரணத்தினாலோ தந்தையின் அழிவிற்கும் அசுரர் குல அழிவுக்கும் காரணமாக இருந்துவிட்டான்.

"நீ எனக்கு ஆணையின் பலத்தை வழங்கிய பெருமைக்கு உரியவன். உனது ஒத்துழைப்பு இல்லை என்றால் இரணியனை வென்றிருக்க இயலாது. இந்த உலகத்தின் தோற்றத்திற்குக் காரணமாக உள்ள நீர், நிலம், நெருப்பு, விண், காற்று என்னும் ஐம்பூதங்களும் இருக்கும்வரை நீ அழிவில்லாமல் என்னைப் போலவே இருப்பாய்" என்று நரசிங்கம் அருள்புரிந்தது.

"அதுமட்டும் அல்லாமல் எனக்கு யாரெல்லாம் அன்பர்களோ அவர்கள் எல்லோரும் உனக்கும் அன்பர்களாக இருப்பார்கள். இனிமேல் நீ அசுரகுலத்திற்கு மட்டும் அரசனாக விளங்கமாட்டாய்! தேவர்குலத்திற்கும் நீயே அரசனாக விளங்குவாய்" என்றது.

"நல்ல அறச்செயல்களைச் செய்! நற் கருணையை வழங்கு! நான்மறையையும் நீ அறிந்தவன். எல்லை இலா அறிவினைக் கொண்டவன் நீ. பழமையான எல்லாப் பொருள்களும், எட்டுக் குணம் கொண்டோரும் உன் ஆணையை ஏற்றுத் தொழில்

செய்வார்கள். நல்லொளி பெற்று அழகிய உருவுடன் நீ நாள்தோறும் வளம் பெருகும்படியாக வாழ்வாயாக” என்று வாழ்த்தியது.

அசுரர்கள் எல்லோரும் அழிந்துவிட்டார்கள். அவர்களில் ஒரே ஒருவனாகிய பிரகலாதன் மட்டுமே எஞ்சியிருக்கிறான். தேவர்கள் எல்லோரும் இருக்கிறார்கள். தேவர்கள் தங்களுக்கு முடிசூட்டலாம் என்று எண்ணுவார்கள். அதற்கு நரசிங்கம் இடம்கொடுக்கவில்லை. எல்லாத் தேவர்களையும் அழைத்தது.

“இரணியனின் அரண்மனை முற்றத்தில் முரசுகள் முழங்கட்டும். எல்லாத் தேவர்களும் ஒன்றுசேர்ந்து ஒரு மனதாய் இந்தப் பிரகலாதனுக்கு முடிசூட்டுங்கள். அதற்கான ஏற்பாடுகளை உடனே செய்யுங்கள்” என்று ஆணையிட்டது நரசிங்கம்.

என்று வரம் அருவி, எவ்வுலகும் கைகூப்ப,
முன்றில் முரசம் முழங்க, முடி சூட்ட,
நின்ற அமரர் அனைவீரும் நேர்ந்து இவனுக்கு
ஒன்று பெருமை உரிமை புரிக என்றான். [6489]

தேவேந்திரன் முடிசூட்டு விழாவிற்கான எல்லா ஏற்பாடுகளையும் செய்தான். நான்முகன் வேள்வி வளர்த்தான். தேவர்களுக்கும் எல்லோருக்கும் இறைவனாகிய திருமாலே பிரகலாதனுக்கு முடிசூட்டினான். வேந்தர்க்கு வேந்தனாய், பிரகலாதன் மூன்று உலகத்தையும் ஒருவனாகவே ஆளும் உரிமையைப் பெற்றான்.

இவ்வாறு இராவணனுக்கு இரணியனின் வரலாற்றினை வீடணன் எடுத்துரைத்தான். அந்த வரலாற்றைக் கேட்ட பிறகாவது இராமனுடன் போர்த்தொடுக்கும் எண்ணத்தைக் கைவிடவேண்டும் என்றுதான் வீடணன் அவ்வாறு சொன்னான்.

இரணியன் வரலாறும் கம்பனும்

இரணியனுடைய வரலாறு கம்பன் தோன்றிய காலத்திற்கும் பல்லாயிரம் ஆண்டுகளுக்கு முன்னர் நிகழ்ந்த வரலாறு. அந்த வரலாறு பல புனைவுகளுடன் வாய்மொழியாக வழங்கப்பெற்றது. குமரிக்கண்டத்து வேந்தனாக விளங்கியவன் இரணியன். அங்கிருந்து எல்லா உலகங்களையும் அவன் ஆட்சி செய்துள்ளான். அந்த வரலாறு பண்டைத்தமிழரின் வரலாறு எனக் கம்பனுக்குத் தோன்றியது. எனவே, அந்த வரலாற்றை விரிவாக எழுதவேண்டும் என்று தனிப்படலமாக்கிப் படைத்துள்ளான்.

இராவணனுக்கு வீடணன், இரணியனின் வீழ்ச்சியைச் சொல்லவேண்டும் என்று கம்பன் நினைத்திருந்தால் ஓரிரு பாடல்களில் சொல்லி முடித்திருக்க முடியும். ஆனால், கம்பன் அவ்வாறு இந்த வரலாற்றைச் சுருக்கமாகச் சொல்ல விரும்பவில்லை. இது என்றென்றும் நிலைத்திருக்க வேண்டிய வரலாறு என்று உணர்ந்த காரணத்தால் கம்பராமாயணத்தின் மிகப்பெரிய படலங்களுக்கு இணையாக 176 பாடல்களில் மிகவும் விரிவாகப் படைத்துள்ளான்.

இரணியன் குமரிக்கண்டத்து மன்னன் என நிறுவிட விரும்பினான். என்றாலும் அவனது காலத்தில் குமரிக்கண்டம் பற்றிய தெளிவு அவ்வளவாக இருந்திருக்கவில்லை. ஆனால், கடல் சூழ்ந்த பகுதியில்தான் அவனது ஆட்சி நடந்திருக்கிறது என்பதை உணர்ந்த காரணத்தினால்தான் நரசிங்கம் அசுரர்கள் பலரைக் கடலுக்குள் தூக்கிப்போட்டதாகவும், அதனால் கடல் நிரம்பியதாகவும் பாடியுள்ளான்.

அசுரர்களின் உயிரைக் குடித்து உடலைத் தின்ற நரசிங்கம், தாகம் தீர்ப்பதற்காகக் கடல்நீரை அப்படியே குடித்ததாகக் கூறியுள்ளான். அவ்வாறு கடல்நீரைக் குடிக்கும்போது மீன்களும் சேர்ந்து அதன் வாய் வழியாக வயிற்றுக்குள் போனதாகக் காட்டியுள்ளான்.

கம்பனால் பிரகலாதனைத் துணிந்து குறைகூற இயலவில்லை என்றாலும் பல இடங்களில் அவனைக் குறைகூறும் விதத்தில் பாடல்களை அமைத்துள்ளான். அதை இந்த நூலில் நான் குறிப்பிட்டுள்ளேன். மேலும் நரசிங்கம் சொல்லும்போதுகூட, 'உன் தந்தையை நான் கொல்லும்போதும் நீ பார்த்துக்கொண்டிருந்தாய்' என்று குறிப்பிடும்படி செய்துள்ளான். அதனையே இரண்டு பாடல்களிலும் இடம்பெறச் செய்துள்ளான். இங்கே நரசிங்கம் இவ்வாறு சொல்வதாக அறிஞர்கள் கருதமாட்டார்கள். கம்பனே பிரகலாதனை அவ்வாறு இழித்துள்ளதுபோல் தோன்றுகிறது என உணர்வார்கள்.

குமரிக்கண்டத் தமிழரின் அல்லது பண்டைக்காலத் தமிழரின் மாட்சியாக விளங்கியவன் இரணியன் என்பதை உணர்ந்திருந்த காரணத்தால் அந்த வரலாற்றை எப்படியாவது படைத்துவிட வேண்டும் என்னும் தணியாத தாகத்தால்தான் விரிவாகப் படைத்துள்ளான் என்பது திண்ணம்.

இரணியனின் காலச் சூழ்நிலை

இரணியன் வாழ்ந்த காலத்தில் தேவர்களும் அசுரர்களும் இரண்டு குலத்தைச் சேர்ந்தவர்கள். தேவர்கள் உயர்ந்தவர்கள் என்றோ அசுரர்கள் தாழ்ந்தவர்கள் என்றோ இல்லை. இராமாயணத்தில் அரக்கர்களைக் கொடுமையான உருவத்துடன் படைத்துக் காட்டியதுபோல் அசுரர்களைக் கொடுமையான உருவத்துடன் காட்டவில்லை.

இரணியன் என்னும் சொல்லுக்குப் பொன்னன் என்றுதான் பொருள். பொன்னிறம் கொண்டவன் இரணியன். அவனை வலிமை வாய்ந்தவன் என்று காட்டுவதற்காகத்தான் அவனைப் பேருருவத்தானாகக் கம்பன் காட்டியுள்ளான். இரணியனைப் போலவே அவனுடைய மகன் பிரகலாதனும் அழகனாகவே காட்சியளிக்கிறான். எனவே, அசுரர்கள் அழகுடன்தான் அந்தக் காலத்தில் இருந்துள்ளார்கள் என்பதை உணர்ந்துகொள்ள வேண்டும்.

சிவன், திருமால், பிரம்மன் என்னும் மூன்று மூர்த்திகளும் இரணியனுடன் போரிட்டுத் தோற்றுள்ளனர். அப்படி என்றால் அவர்கள் மூவரும் அந்தக் காலத்தில் இரணியனைவிடவும் வலிமை குறைந்தவர்கள் என்பது தெரியவருகிறது. மேலும், அவர்கள் தெய்வநிலையில் உள்ளவர்களாக இல்லாமல் மன்னர்கள் என்னும் நிலையிலேயே இருந்துள்ளனர் என்பதும் தெளிவாகிறது.

திருமால் பாற்கடல் என்னும் கடலின் நடுவே போய்ப் பதுங்கி வாழ்ந்தான். அவ்வாறு பதுங்கி வாழ்ந்ததற்குக் காரணம், இரணியனின் கண்ணில்படாமல் இருப்பதற்காகத்தான் என்பது

தெளிவாகத் தெரியும். அதைக் கம்பனே இரணியனின் வாய்மொழியாகத் தெரிவித்துள்ளான்.

பாற்கடலின் நடுவில்போய், திருமால் மறைந்துகொண்டான் என்றால் கடல்நீரில் என்று இன்று நான் நினைப்பதுபோல் நினைப்பது பொருந்தாது. கடலுக்கு நடுவில் உள்ள தீவுப் பகுதியில் அவன் போய் மறைந்துகொண்டான் என்றுதான் சிந்திக்க முடியும். இரணியாட்சன் என்னும் இரணியனின் தம்பி, உலகத்தைத் தூக்கிக்கொண்டு கடலுக்கு அடியில் போய்ப் பதுங்கிக்கொண்டான் என்றால் கடலுக்கு நடுவில் உள்ள தீவில்போய்ப் பதுங்கிக் கொண்டான் என்றுதான் புரிந்துகொள்ள முடியும்.

திருமால் தங்கியிருந்த தீவினைச் சூழ்ந்திருந்த பாற்கடல் இப்போது எங்கே என்று தேடினால் நம்மால் கண்டுபிடிக்க முடியாது. அது குமரிக்கண்டத்தை ஒட்டியிருந்த கடல் பகுதியாகவும் அதில் உள்ள தீவுப்பகுதியாகவும் இருந்திருக்கும் வாய்ப்புள்ளது. பாற்கடல் எது என்று நம்மால் கண்டறிய முடியாத தன்மையைப் போலவே மேருமலை எது என்றும் நம்மால் கண்டறிய முடியவில்லை. அதனை இமயமலை என்று சொல்வது பொருந்தாது. ஏனென்றால், நமது புராணங்களில் மேருமலை, கடற்கரையில் அமைந்துள்ளது. அதுவும் குமரிக்கண்ட மலைதான். அந்த மேருமலையில்தான் இரணியன் அரண்மனை அமைத்து ஆட்சி செய்ததாகக் கம்பன் பாடியுள்ளான். அந்த மேருமலையும் குமரிக்கண்ட மலை என்ற காரணத்தால் கடலுக்குள் மூழ்கிய கண்டத்துடன் மேருமலையும் கடலுக்குள் மூழ்கிவிட்டது.

மந்தர மலை என்றொரு மலையைப் பற்றியும் நமது புராணங்கள் தெரிவிக்கின்றன. அந்த மலையைத்தான் மத்தாக்கிப் பாற்கடலைக் கடைந்ததாக அறிகிறோம். அந்த மந்தர மலை எங்கே இருக்கிறது என்று தேடினாலும் அதுவும் கிடைக்காது. ஏனென்றால், மந்தர மலையும் குமரிக்கண்டத்தில் இருந்த ஒரு மலை. அதுவும் கடலுக்குள் மூழ்கிவிட்டது.

குமரிக்கண்டத்தில் மேரு மலையின்மேல் அமர்ந்து ஆட்சிபுரிந்த இரணியனும் அவனது மகன் பிரகலாதனும் அவனது பேரன் மாவலி சக்கரவர்த்தியும் இராமாயண காலத்திற்குப் பல்லாயிரம் ஆண்டுக்கு முன்பே வாழ்ந்த தமிழ் மன்னர்கள் அல்லது பழந்தமிழ் மன்னர்கள் அல்லது தமிழின் திருந்தா வடிவத்தைப் பேசிய மன்னர்கள் எனத் தெளிவாக உணரமுடிகிறது. அந்த மன்னர்கள் அப்போதைய எல்லா இனத்தாரையும் அடக்கி ஆண்டிருக்கிறார்கள் என்பதற்கு இரணியனும் மாவலியும் கந்தபுராணத்தில் வரும் சூரனுமே புராண சாட்சியாக இருக்கிறார்கள்.

கந்தபுராணமும் இரணியனும்

கந்தபுராணத்தில் சூரன் என்பவன் மிகுந்த வீரனாக இரணியனைப்போல் இணையிலா வீரனாக வாழ்ந்திருக்கிறான். அவனும் குமரிக்கண்டத்தில் வாழ்ந்தவன். அவன் கடலுக்குள் கோட்டைக்கட்டி வாழ்ந்ததாகக் கந்தபுராணம் தெரிவிக்கிறது. கடலுக்குள் என்றால் கடல் நடுவே இருந்த தீவில் என்று பொருள் கொள்ளவேண்டும். அந்தச் சூரனைக் கடல் நடுவே அமைந்திருந்த தீவுக்குச் சென்று முருகன் அழித்தாகப் புராணம் தெரிவிக்கிறது. அந்த நிலப்பகுதி முழுவதும் நீருக்குள் அமுங்கிவிட்ட காரணத்தால் தற்காலத்திலும் சூரன்பாடு என்னும் நிகழ்ச்சியைத் திருச்செந்தூர்க் கடற்கரையில் நிகழ்த்துகிறார்கள்.

திருச்செந்தூரில் ஒரு காலத்தில் நிகழ்த்திய இந்தச் சூரன்பாடு என்னும் நிகழ்த்து கலையானது தற்காலத்தில் முருகன் கோவில் இருக்கும் இடங்களில் எல்லாம் நிகழ்த்து கலையாக நிகழ்த்தப்படுகிறது. கந்தபுராணச் செய்திகள் நடைபெற்றதாக அறியப்படும் குமரிக்கண்ட காலத்தில் முருகனும் சிவனும் கடவுள் நிலையில் இல்லை. சூரனைப்போல் மன்னன் நிலையிலேயே இருந்திருக்கிறார்கள். பிற்காலத்தில் கடவுள் கோட்பாட்டை மாற்றி உருவமைப்பதற்காகத்தான் பல புனைவுகளைச் சேர்த்துள்ளனர்.

சூரனின் சகோதரர்கள் சிங்கமுகன் என்பவனும் தாரகன் என்பவனும். தாரகன் கிரௌஞ்ச மலை என்னும் பகுதியில் உள்ள மாயாபுரியில் கோட்டைக் கட்டி வாழ்ந்து வருகிறான். அவனை முருகனின் படைத்தலவனான வீரபாகு அழிக்கச் சென்றான்.

அவனால் இயலாமல் கிரௌஞ்ச மலையின் குகைக்குள் அடைபட்டுவிடுகிறான். முருகனே சென்று அவனை அழிக்கிறான்.

சூரனின் இன்னொரு தம்பி சிங்கமுகன். இவன் கடல் நடுவே இருந்த தீவில் உள்ள ஆசுரம் என்னும் நகரத்தில் வாழ்ந்து வந்தான். அவனையும் முருகனே குலிசம் என்னும் ஆயுதத்தை எய்து அழித்தான். இறுதியாகச் சூரனையும் முருகனே கொன்றான். சூரனின் தங்கையின் பெயர் அசமுகி.

சூரனுடைய மனைவியின் பெயர் பதுமகோமளை. தருமகோபன் என்பவன் சூரனின் அமைச்சன். அவனைப் போரில் முருகனின் படைத்தலைவன் வீரபாகு கொன்றான். சூரனின் மகன்கள் மூவர். ஒருவன் அக்னிமுகன். அவனைப் போரில் வீரபாகுவே கொன்றான். இன்னொருவன் பெயர் பானுகோபன். இவனைப் போரில் முருகன் கொன்றான். மற்றொருவன் பெயர் இரணியன். இவனும் போருக்குச் சென்றான். இவனுடன் போர்புரிந்தவன் வீரபாகு. அந்தப் போரில் தோற்ற இரணியன் உயிருக்குப் பயந்து கடலுக்குள் புகுந்து ஒரு தீவுக்குச் சென்று அங்கேயே தங்கி மறைந்தான். இவனது செயலைக் கண்டு சூரன் மிகவும் வருந்தினான்.

இந்த வரலாற்றில் சொல்லப்பட்ட இரணியனுக்கும் கந்தபுராணத்தில் இடம்பெற்ற இரணியனுக்கும் எந்தத் தொடர்பும் கிடையாது. கந்தபுராண இரணியன், அஞ்சி ஓடியவன்.

பாவேந்தர் படைத்த இரணியன்
அல்லது
இணையிலா வீரன்

பாவேந்தர் பாரதிதாசன் இரணியன் வரலாற்றை இரணியன் அல்லது இணையிலா வீரன் என்னும் நாடகமாகப் படைத்துள்ளார். அந்த நாடகத்தில் பிரகலாதன் இளைஞன். இளவரசு பட்டம் சூட்டப்படுவதற்கு முன்பாக அவனை நாட்டைச் சுற்றி வருமாறு அவனுடைய நண்பனுடன் காங்கேயனுடன் அனுப்பிவைத்தான். ஆனால், அவன் நாட்டு நிலவரத்தை அறிந்துகொள்ளாமல் வேற்றினத்தைச் சேர்ந்த கஜகேது என்பவனின் மகளான சித்திரபானுவைச் சந்திப்பதற்கான ஏற்பாடுகளைச் செய்கிறான் காங்கேயன். காங்கேயன் தங்கைதான் இந்தச் சித்திரபானு என்பது பின்னர் வெளிப்படுகிறது. சித்திரபானு என்பவள்மேல் கொண்ட காதல் காரணமாக அவர்களின் கொள்கையை நிறைவேற்ற உடன்படுகிறான் பிரகலாதன். அந்த ஏற்பாட்டின்படி தனது தந்தையைக் கொல்வதற்குப் பிரகலாதனே எல்லா உதவிகளையும் செய்கிறான்.

பாவேந்தரின் நாடகத்தில் ஆரிய இனத்தவர் செய்த சூழ்ச்சிக்குத் தமிழனான பிரகலாதன் அடிமை ஆன காரணத்தால் அவர்கள் போட்ட திட்டப்படி எல்லாம் நடந்துள்ளன என்று தெரிவித்துள்ளார். புராணக்கதையைத் தமிழனின் வீரம் வெளிப்படும் வகையில் அமைத்துக் காட்டியுள்ளார் பாரதிதாசன்.

இந்த நாடகத்தில் பிரகலாதனை இளைஞனாகக் காட்டியிருக்கும் பாரதிதாசனின் கருத்தானது ஏற்றுக்கொள்ளக் கூடியதாகவே உள்ளது.

கம்பராமாயணத்தில் வரும் இரணியன் வரலாற்றில் வரும் பிரகலாதன், தன் தந்தை இரணியனிடம் உரையாற்றும்போது பல தத்துவக் கருத்துகளை எடுத்துரைக்கிறான். அந்தக் கருத்துகள் எல்லாம் அவன், தனது தாயாரின் வயிற்றில் கருவாய் இருக்கும்போதே நாரதனால் அறிவிக்கப்பட்டவை என்று உணர்த்தப்பட்டிருந்தாலும் அதனை ஏற்றுக்கொள்ள முடியாது என்னும் சிந்தனையுடன்தான் பாவேந்தர் பாரதிதாசன், பிரகலாதனை இளைஞனாகப் படைத்துக் காட்டியுள்ளார்.

பாவேந்தரின் புரட்சிச் சிந்தனை இந்த நாடகத்தின் பலப் பகுதிகளில் வெளிப்பட்டிருப்பதை நாம் உணரமுடியும். மேலும், இரணியனைவிடவும் வலிமை கொண்டவர்களாக வேற்றினத்தவர் யாரும் இல்லவே இல்லை என்பதை அவர் உணர்த்தியுள்ளார். அதுமட்டும் அல்லாமல் நேருக்குநேர் நின்று போரிடும் எண்ணம்கொண்ட இரணியனை வஞ்சக எண்ணத்துடன் திட்டமிட்டுக் கொலை செய்துள்ளார்கள் என்பதை எடுத்துக்காட்டியுள்ளார்.

இரணிய வதைப் பரணி

திருமாலைப் பாட்டுடைத் தலைவனாகக் கொண்டு படைக்கப்பட்ட பரணி இலக்கியம் இரணிய வதைப் பரணி. இது நூல்வடிவில் வெளிவரவில்லை. 1915ஆம் ஆண்டிலிருந்து 1917ஆம் ஆண்டுவரை வெளியான மதுரைத் தமிழ்ச் சங்கத்தின் செந்தமிழ் இதழில் முழுமையாக வெளிவந்துள்ளது. அந்த நூலிலிருந்து ஓரிரு பாடல்கள் இந்த நூலின் முன்பு எடுத்துக்கூறப்பட்டுள்ளன.

இரணியனின் வரலாற்றைக் கம்பன் எவ்வாறு கூறியுள்ளானோ அதே முறையில் இந்தப் பரணி நூலும் எடுத்துரைக்கிறது. இதன் ஆசிரியர் எவரென அறிய இயலவில்லை. இந்நூல் பதின்மூன்றாம் நூற்றாண்டில் தோன்றியதாக அறியமுடிகிறது.

இரணியன் வரலாற்றைப் போர்க்களத்தில் முதுபேய் ஒன்று கூறுவதைப்போல் இந்தக் கதைச் சொல்லப்பட்டுள்ளது.

•••

குமரிக்கண்டமும் இரணியனும்

பூமி தோன்றி ஏறத்தாழ ஐந்நூறு கோடி ஆண்டுகள் ஆகியிருக்கும் எனக் கணிக்கப்படுகிறது. இந்த ஐந்நூறு கோடி ஆண்டுகளில் நாற்பத்தொன்பது கோடியே தொண்ணூற்று ஒன்பது இலட்சம் ஆண்டுகள் இந்தப் பூமியானது, உயிர்கள் வாழ்வதற்குத் தகுதியானதாக மாறும் நிலையிலேயே இருந்துள்ளது. அதாவது நெருப்புக்கோளமாக இருந்த பூமியில் மழை தொடர்ந்து பெய்துகொண்டிருந்த காரணத்தால் பூமியின் மேல்தட்டு குளிர்ச்சி அடைந்தது. பூமியில் பள்ளமான பகுதிகளில் நீர்த் தேங்கியது. அந்த நீர்நிலைகளிலிருந்து உயிரிகள் தோன்றியுள்ளன. உயிர்கள் தோன்றிய இந்தப் பூமியில் மனிதன் தோன்றி ஒரு இலட்சம் ஆண்டு ஆகிறது என்று தீர்மானிக்கிறார்கள் மானுடவியலாளர்கள்.

இந்த ஒரு இலட்சம் ஆண்டுகால மனிதர் தோற்றத்தில் பொ.ஊ.மு.(பொது ஊழிக்கு முன்) 50,000 ஆண்டுகளிலிருந்து 10,000 ஆண்டுகள் வரை மனிதன் கற்கால மனிதனாக வாழ்ந்திருக்கிறான். இந்தக் காலகட்டத்தில் கல்லால் ஆன கருவிகளை உருவாக்கி மனிதன் தனது வாழ்க்கைத் தேவைகளை நிறைவேற்றிக்கொள்ளப் பயன்படுத்தி இருக்கிறான். தற்போதைய தென்னாப்பிரிக்க நாடுகளில் ஒன்றான தான்ஸானியாவில் பொ.ஊ.மு.26,000 ஆண்டுகளுக்கு முந்தைய கற்கருவிகள் கிடைத்துள்ளன என லூயிஸ் லீக்கி என்பார் குறிப்பிட்டுள்ளார். இதே பகுதியில் பொ.ஊ.மு.16,500 ஆண்டுகளுக்கு முந்தைய மண்பாண்டங்களின் சிதைவுகளும் கிடைத்துள்ளன. களிமண்ணால் பாண்டங்கள் செய்யும் பழக்கம், பழைய கற்காலத்தில் இருந்துள்ளது. ஆனால், அந்தப் பாண்டங்கள், சுடுமண் பாண்டங்கள் அல்ல.

சுடப்படாத மண்பாண்டங்கள் நீரில் கரைந்துபோவதற்கும் மண்ணில் எளிதில் மக்குவதற்கும் வாய்ப்புண்டு. நெருப்பின் பயன்பாட்டினைப் பழைய கற்கால மனிதர்கள் அறிந்திருந்தார்கள். இயற்கையாக ஏற்பட்ட மின்னல் காரணமாக மரங்கள் தீப்பற்றி எரியும்போதும், காய்ந்த மரங்களின் உராய்வினால் ஏற்பட்ட காட்டுத்தீயின் போதும், சுடப்பட்ட விலங்குகளின் தசைகளை உண்பது எளிமையானதாகவும் மென்மையானதாகவும் சுவையானதாகவும் இருப்பதை அறிந்த மனிதன், செயற்கையாக நெருப்பு உருவாக்கும் முறையைக் கண்டறிந்தான். விலங்குகளைப் பக்குவப்படுத்துவதற்கு நெருப்பைப் பயன்படுத்திய கற்கால மனிதன் மண்பாண்டங்களைச் சுடுவதற்கு அறிந்திருக்கவில்லை. எனவே, தான்ஸானியாவில் கிடைத்த மண்பாண்டங்கள், சிதைவுகளின் பகுதியாக இருப்பதற்கே வாய்ப்புகள் அதிகம் என்பதை உணர்ந்துகொள்ளலாம்.

புதிய கற்காலத்தின் காலத்தை பொ.ஊ.மு. 10,000 முதல் 5,000 வரை உள்ள காலம் என்று வரையறை செய்திருக்கிறார்கள். இந்தக் காலத்தில் நெருப்பின் பயன்பாடு மிகுதியாகி இருக்கிறது. மரங்களையும் மரப்பொந்துகளையும் மலைக்குகைகளையும் நம்பியிருந்த மனிதன் தாங்கள் குடியிருப்பதற்கு எனத் தனியான வீடுபோன்ற அமைப்புகளை உருவாக்கியிருக்கிறான். கல்லால் ஆன ஆயுதங்களைப் பயன்பாட்டிற்கு வசதியானதாக மாற்றி அமைத்திருக்கிறான். புதிய கற்காலத்திற்கும் பழைய கற்காலத்திற்கும் இடையே மனித வாழ்க்கை முறையில் பெரிய வேறுபாடுகள் நிகழவில்லை என்றாலும் பூமியின் வெப்பநிலையில் பெருத்த மாற்றம் நிகழ்ந்திருக்கிறது. பூமியின் வெப்பம் மிகுதியாகியிருக்கிறது. எனவே, குளிர்மயமான நிலையிலிருந்து மனிதன் விடுபட்டிருக்கிறான். உணவுப்பொருள்களைப் பாதுகாத்து வைத்துப் பயன்படுத்தும் மனநிலையும் ஒருவருக்கு ஒருவர் பண்டமாற்று செய்துகொள்ளும் மனப்பான்மையும் இந்தப் புதிய கற்காலத்தில் ஏற்பட்டிருக்கிறது.

புதியக் கற்காலத்தைத் தொடர்ந்து பெருங்கல் புதையல் காலம் என்னும் காலத்தை பொ.ஊ.மு.5,000 முதல் 4,000 வரை என்று வரையறை செய்திருக்கிறார்கள். இந்தப் பெருங்கல் புதையல் காலத்தில் வேட்டை வாழ்க்கையிலிருந்து வேளாண் வாழ்க்கைக்கு மாறியிருக்கிறான் மனிதன். வேளாண்மை என்பதைத் தற்கால வேளாண்மையுடன் ஒப்பிட்டுப் பார்க்காமல் வனவிலங்குகளைப் பராமரித்துப் பயன்படுத்துதல், அவற்றை வீட்டு விலங்குகளாய்ப் பராமரித்தல். அவற்றிற்குத் தேவையான உணவுகளை உருவாக்குதல். தொடர்ந்து தங்களுக்குத் தேவையான கிழங்கு வகைகளை

உடைமைத் தன்மையுடன் ஏற்படுத்துதல் போன்றவற்றைக் கருதவேண்டும்.

பெருங்கல் புதையல் காலத்தைத் தொடர்ந்து உலோகக் காலம் ஏற்பட்டிருக்கிறது. இந்தக் காலவரையறையை பொ.ஊ.மு. 4,000 முதல் 3,000 வரை என்று குறிப்பிடுகிறார்கள். இந்தக் காலவரையறையில் முதன்முதலாகச் செம்பு என்னும் உலோகத்தைப் பயன்படுத்தினார்கள் என்று அறிய வருகிறது. ஆனால், செம்புக்கு முன்பாகவே இரும்பினைப் பயன்படுத்தியதாகவும் தெரிவிக்கிறார்கள். எனவே, உலோகக் காலத்தை ஐணுணிண அஞ்னு என்று குறிப்பிடுகிறோம். செம்புக் காலத்திற்கு மிகவும் பிற்பட்டது இரும்புக் காலம் என்றும் குறிப்பிடுகிறார்கள். உலோகப் பயன்பாடு பெரும்பாலும் வேட்டைக்கும் வேளாண்மைக்கும் தேவையான ஆயுதங்களை உருவாக்குவதற்கே பயன்பட்டிருக்கிறது. நெருப்பின் பயன்பாட்டின் காரணமாகவே உலோக ஆயுதங்களை உருவாக்க முடியும். இந்தக் காலத்தில் நெருப்பின் பயன்பாடு மிகுதியாகியிருக்கிறது என்பதை எளிதில் உணர்ந்துகொள்ள முடியும்.

கற்கால, புதிய கற்கால, பெருங்கல் புதை கால, உலோகக் கால மனிதனின் வாழ்க்கை முறையானது ஐரோப்பா, அமெரிக்கா, ஆஸ்திரேலியா, ஆப்பிரிக்கா, இந்தியா, பாகிஸ்தான் முதலான பகுதிகளில் நிகழ்ந்திருக்கிறது என மானுடவியலார் தெரிவிக்கின்றனர். நமது குமரிக்கண்ட விரிவும் தற்போதைய கன்னியாகுமரிக்குத் தெற்கே இலங்கையை உள்ளடக்கிக் கிழக்கே பர்மா வரையிலும், மேற்கே தென்னாப்பிரிக்கா வரையிலும், தெற்கே ஆஸ்திரேலியா வரையிலும் பரவியிருந்ததாகச் சிலப்பதிகார உரையில் அடியார்க்கு நல்லார் குறிப்பிடுகிறார்.

இந்த எல்லைக்கு உட்பட்ட குமரிக்கண்டத்தில் பின்வரும் நாடுகள் இருந்ததாகவும் அடியார்க்கு நல்லார் தெரிவித்துள்ளார்.

ஏழ் தெங்க நாடு - 7
ஏழ் மதுரை நாடு - 7
ஏழ் முன்பாலை நாடு - 7
ஏழ் பின்பாலை நாடு - 7
ஏழ் குன்ற நாடு - 7
ஏழ் குணகாரை நாடு - 7
ஏழ் குறும்பனை நாடு - 7

இவ்வாறு நாற்பத்தொன்பது நாடுகள் குமரிக்கண்டத்தில் இருந்ததாகத் தெரிகிறது. இவற்றில் தெங்க நாடு என்பது

தென்னைமரங்களை மிகுதியாகக்கொண்ட நாட்டினையும், பனை நாடு என்பது பனைமரங்களை மிகுதியாகக்கொண்ட நாட்டினையும், முன்பாலை, பின்பாலை என்னும் நாடுகள் பாலைமரங்களை மிகுதியாகக் கொண்ட நாடுகளையும், மதுரை நாடு என்பது முதிரை நாடு என்பதன் திரிபு என்றும் முதிரை மரங்களை மிகுதியாகக் கொண்ட நாட்டினையும் காரை நாடு என்பது கிழக்குப் பக்கத்தில் உள்ள சதுப்புநிலப் பகுதியை உள்ளடக்கிய நாட்டினையும் குறிக்கிறது என்று ஆய்வறிஞர்கள் கருதுகிறார்கள். இங்கே குறிப்பிடப்பட்டுள்ள நாட்டின் பெயர்கள் பெரும்பாலும் வெப்பமண்டல மரங்களின் பெயர்களைக் கொண்டிருப்பதால் இத்தகைய மரங்கள் மிகுதியாக வளர்ந்த காலத்தில்தான் குமரிக்கண்ட நாகரிகம் நிகழ்ந்திருக்க வாய்ப்புண்டு என உணரலாம்.

புதியக் கற்காலத்தின் தொடக்கத்தில்தான் பூமிப் பகுதியில் வெப்பம் அதிகரிக்கிறது. இந்த வெப்ப அதிகரிப்பின் பின்னரே மேற்கூறிய வெப்பமண்டல மரங்கள் மிகுதியாகத் தோன்றியிருக்கும். எனவே, பொ.ஊ.மு. 10,000 ஆண்டுகளுக்குப் பின்னரே குமரிக்கண்டம் என்னும் பெருநிலப்பரப்பில் நாகரிகம் தோன்றியிருக்கிறது எனலாம். இந்தக் குமரிக்கண்டத்தைப் பெருவளநாடு என்று குறிப்பிடும் வழக்கமும் இலங்கைத் தமிழ் ஆய்வாளர்களிடம் காணப்படுகிறது. இதன்மூலம் இந்த நிலப்பரப்பு இயற்கை வளங்களைக் கொண்டதாக விளங்கிய தன்மையையும் அறிந்துகொள்ள முடிகிறது.

குமரிக்கண்டத்தில் குமரி மலையும், குமரி ஆறும், பஃறுளி ஆறும் வேறுபல மலைகளும் ஆறுகளும் இருந்ததாக அறியமுடிகிறது. பஃறுளி ஆறு என்பது ‘பல் துளி ஆறு’ என்பதன் புணர்ச்சி ஆகும். பல கிளை ஆறுகளைக்கொண்ட ஆறு பஃறுளி ஆறு என்றும் ஒரே பெரிய ஆறு குமரி ஆறு என்றும் இதன் வாயிலாக நம்மால் உணர்ந்துகொள்ள முடியும்.

பஃறுளி ஆற்றின் ஒரு பிரிவாகிய பழையாறு என்னும் ஆறு, தற்போது கன்னியாகுமரியிலிருந்து மேற்கே ஐந்து கிலோமீட்டர் தொலைவில் உள்ள மணக்குடி என்னும் ஊரில் அரபிக்கடலுடன் கலக்கிறது. இந்த ஆற்றினைப் பறளியாறு என்றும் கூறுகின்றனர். பஃறுளி ஆறு பாய்ந்த காலத்து நிகழ்வாக நெட்டிமையார் பாடிய புறநானூற்றுப் பாடல் ஒன்றினைக் காணமுடிகிறது.

முந்நீர் விழவின் நெடியோன்
நன்னீர்ப் பஃறுளி மணலினும் பலவே. [புறம். : 9]

என்னும் அடிகளில் கடல் தெய்வத்திற்கு விழா எடுத்த நெடியோன் என்னும் பாண்டிய மன்னனைப் பாடிய தன்மையைக் காணமுடிகிறது. இங்கே பஃறுளி ஆற்று மணலின் எண்ணிக்கையை விடவும், நீண்டநாள் பாண்டியன் வாழவேண்டும் என்று வாழ்த்திய தன்மையிலிருந்து பஃறுளி ஆறு இந்தப் பாடல் பாடிய காலத்தில் பாய்ந்திருக்கிறது என்பதை அறிந்துகொள்ள முடிகிறது. அவ்வாறு என்றால் இந்தப் பாடல் குமரிக்கண்டத்துப் பாண்டிய மன்னனைப் பாடியது எனக் கொள்வதற்கு வாய்ப்பு இருக்கிறது. ஏனென்றால், தற்போதைய பாண்டிய நாட்டின் மதுரையில் கடல் கிடையாது. அங்கே கடல் தெய்வத்திற்கு விழா எடுக்க வாய்ப்பு இல்லை. எனவே, இங்கே குறிப்பிடப்பட்டுள்ள நெடியோன், குமரிக்கண்டத்து மன்னன் என்பது தெளிவு.

இவ்வாறு பாய்ந்துகொண்டிருந்த பஃறுளி ஆறும் பல மலைத்தொடர்களும் கடலுக்குள் மூழ்கியத் தன்மையை வரலாற்று ஆசிரியர்கள் கடல்கோள் என்றும் அவ்வாறு நிகழ்ந்த கடல்கோள் மூன்று என்றும் தெரிவிக்கின்றனர். முதல் கடல்கோள் பொ.ஊ.மு.2387இல் நிகழ்ந்ததாகவும் இரண்டாம் கடல்கோள் பொ.ஊ.மு.504இல் நிகழ்ந்ததாகவும் மூன்றாம் கடல்கோள் பொ.ஊ.மு.306இல் நிகழ்ந்ததாகவும் குறிப்பிடுகின்றனர். இவ்வாறு கடல்கோள் நிகழ்ந்து குமரிக்கண்டம் அழிந்த செய்தியைச் சிலப்பதிகாரமும் தெரிவிக்கிறது.

> வடிவேல் எறிந்த வான்பகை பொறாது
> பஃறுளி ஆற்றுடன் பன்மலை அடுக்கத்துக்
> குமரிக் கோடும் கொடுங்கடல் கொள்ள
> வடதிசைக் கங்கையும் இமயமும் கொண்டு
> தென்திசை ஆண்ட தென்னவன் வாழி.
>
> [காடுகாண் காதை, அடி.18-22]

என்னும் அடிகளில் குறிப்பிடப்பட்டுள்ள பாண்டிய மன்னனின் பெருமையானது குமரிக்கண்டத்துப் பாண்டிய மன்னனின் பெருமை என்பது எளிதில் விளங்கும். வடிம்பலம்ப நின்ற பாண்டியன், தன் நாட்டினை விரிவு செய்வதற்காகக் கடலில் காலினை ஊன்றி நின்று, தன் கூரான வேலால் கடலை நோக்கி எறிந்தான். அவ்வாறு எறிந்து கடல்நீர்ப் பரப்பை வற்றச் செய்து தன் நாடாக்கிக் கொண்டான். இந்தக் கோபத்தால்தான் பஃறுளி ஆறும், அந்த ஆறு தோன்றிய பல மலை அடுக்குகளையும் குமரி மலையையும் கடல் பொங்கி வந்து அகப்படுத்திக்கொண்டது என்று இளங்கோ பாடியுள்ளார்.

குமரிமலையும் பஃறுளி ஆறு தோன்றிய பல மலை அடுக்குகளும் பஃறுளி ஆறும் குமரிக்கண்டத்தைச் சேர்ந்தவை என்பதை உணர்ந்துகொள்ள முடியும்.

சிலப்பதிகாரத்தின் வஞ்சிக்காண்டத்தில் இடம்பெற்றுள்ள நீர்ப்படைக் காதையில் மாடலன் மறையோன், சேரன் செங்குட்டுவனைச் சந்திக்கிறான். அவ்வாறு சந்திக்கும்போதுதான் தென்குமரித்துறையில் நீராடி வருவதாகத் தெரிவிக்கிறான்.

மாமுனி பொதியில் மலைவலம் கொண்டு
குமரிஅம் பெருந்துறை ஆடி மீள்வேன். **(68–69)**

என்னும் அடியில் இடம்பெற்றுள்ள இந்தக் குமரித்துறையைக் குமரி ஆற்றுத்துறை என்று கா.அப்பாத்துரையார் தெரிவித்துள்ளார்.

நிலநடுக்கம் ஏற்பட்டு நிலப்பகுதி நீருக்குள் மூழ்கும் என்பதை மணிமேகலை பின்வரும் அடிகளில் தெரிவிக்கிறது.

இன்று ஏழ் நாளில் இருநில மாக்கள்
நின்று நடுக்கு எய்த நீள்நில வேந்தே
பூமி நடுக்குறூஉம் போழ்தத்து இந்நகர்
நாக நன்னாட்டு நானூறு யோசனை
வியன் பாதலத்து வீழ்ந்து கேடு எய்தும்.
(மணிமேகலை, 9 : 18–22)

நிலநடுக்கம் ஏற்படுவது குறித்த செய்தியும் நானூறு யோசனை தூரம் கடலுள் மூழ்கும் என்னும் செய்தியும் இடம்பெற்றுள்ள தன்மையைக் காணமுடிகிறது. ஒரு யோசனை தூரம் என்பது நான்கு குரோச தூரத்தைக் குறிக்கும். ஒரு குரோச தூரம் என்பது இரண்டே கால் மைல். ஒரு மைல் என்பது எட்டு ஃபர்லாங் கொண்டது. இதனைக் கிலோமீட்டர் கணக்கில் பார்க்கவேண்டும் என்றால் ஒரு கிலோ மீட்டருக்கு ஐந்து ஃபர்லாங் தூரம். எனவே, எட்டு ஃபர்லாங் கொண்ட ஒரு மைல் தூரம் என்பது 1.6 கிலோமீட்டர் தூரம் ஆகும். ஒரு யோசனையைக் குறிக்கும் நான்கு குரோசம் என்பது ஒன்பது மைல் தூரத்தைக் குறிக்கும். ஒன்பது மைல் தூரம் என்பது 14.4 கிலோமீட்டர் தூரத்தைக் குறிக்கும். நானூறு யோசனை தூரம் என்பது தற்காலக் கணக்கில் 5,760 கிலோ மீட்டரைக் குறிக்கும். ஆக மணிமேகலை குறிப்பிடும் கடல்கோளில் 5,760 கிலோமீட்டர் நிலப்பரப்பு கடலுள் மூழ்கியுள்ளது என்பதனை உணர்ந்துகொள்ளலாம்.

> மலிதிரை ஊர்ந்து தன் மண், கடல் வெளவலின்
> மெலிவு இன்றி மேல்சென்று மேவார் நாடு இடம்பட
> புலியொடு வில் நீக்கிப் புகழ் பொறித்த கிளர் கெண்டை
> வலியினால் வணக்கிய வாடாச்சீர்த் தென்னவன்
> தொல் இசை நட்ட குடி.   [104 : 1-5]

என்னும் கலித்தொகை அடிகள், பாண்டியனது நாட்டினைக் கடல்கொண்டதையும் அவன் தன் வலிமையால் சோழரையும் பாண்டியரையும் வென்று அவர்கள் நாட்டினைக் கைப்பற்றியதையும் தெரிவிக்கின்றன.

தமிழ்ச் சங்கம்

இறையனார் களவியலின் முதல் நூற்பாவிற்கு நக்கீரர் வழங்கியுள்ள உரையில் முச்சங்க வரலாற்றினைத் தெரிவித்துள்ளார்.

முதல் சங்கம்

குமரிக்கண்டத்தின் தென்பகுதியில் இருந்த தென்மதுரையில் முதல் சங்கம் இருந்துள்ளது. முதல் சங்கத்தில் அகத்தியனாரும் திரிபுரம் எரித்த விரிசடைக் கடவுளும் (சிவன்), குன்றெறிந்த முருகவேளும் (முருகன்), முரஞ்சியூர் முடிநாகராயரும், நிதியின் கிழவனும் என ஐந்நூற்று நாற்பத்து ஒன்பது பேர் இருந்ததாக அறியமுடிகிறது. இந்த முதல் சங்கத்தில் இந்த ஐந்நூற்று நாற்பத்து ஒன்பது பேருடன் சேர்ந்து நான்காயிரத்து நானூற்று நாற்பத்து ஒன்பது பேர் பாடல் இயற்றியுள்ளனர். இவர்கள் பரிபாடல், முதுநாரை, முதுகுருகு, களரியாவிரை முதலான பல நூல்களைப் படைத்துள்ளனர்.

இந்த முதல் சங்கம் நாலாயிரத்து நானூற்று நாற்பது ஆண்டு இருந்துள்ளது என்றும் இந்த முதல் சங்கத்தை, காய்சின வழுதி முதல் கடுங்கோன் வரையுள்ள எண்பத்தொன்பது பாண்டிய மன்னர்கள் தலைமை தாங்கி நடத்தியுள்ளனர். இந்தப் பாண்டிய மன்னர்களில் ஏழு மன்னர்கள், கவிதைப் படைக்கும் ஆற்றல் உள்ளவர்களாக விளங்கியுள்ளனர். முதல் சங்கத்தின் இலக்கண நூலாக அகத்தியர் படைத்த அகத்தியம் விளங்கியுள்ளது.

இரண்டாம் சங்கம்

முதல் சங்கமும் தென்மதுரைப் பகுதியும் கடல்கோளால் கடலுக்குள் ஆழ்ந்தபிறகு இரண்டாம் சங்கம் குமரிக்கண்டத்தில் இருந்த கபாடபுரத்தில் இருந்துள்ளது.

அகத்தியர், தொல்காப்பியர், இருந்தையூர்க் கருங்கோழி மோசி, வெள்ளூர்க் காப்பியன், சிறுபாண்டரங்கன், திரையன் மாறன், துவரைக் கோமான், கீரந்தையார் உள்ளிட்ட ஐம்பத்தொன்பது புலவர்கள் இரண்டாம் தமிழ்ச் சங்கத்தில் இருந்துள்ளனர். மூவாயிரத்து எழுநூறு பேர் இச்சங்கத்தில் பாடல் இயற்றியுள்ளனர்.

கலி, குருகு, வெண்டாழி, வியாழ மாலை அகவல் முதலான நூல்கள் இந்தத் தமிழ்ச் சங்கத்தில் அரங்கேறியுள்ளன. அகத்தியம், தொல்காப்பியம், மாபுராணம், இசை நுணுக்கம், பூத புராணம் முதலான நூல்களை முதன்மை நூல்களாக இந்தச் சங்கத்தினர் பின்பற்றியுள்ளனர். இச்சங்கம் மூவாயிரத்து எழுநூறு ஆண்டு காலம் பயன்பாட்டில் இருந்துள்ளது. வெண்தேர்ச் செழியன் முதலாக முடத்திருமாறன் ஈறாக ஐம்பத்தொன்பது பாண்டிய மன்னர்கள் இச்சங்கத்தைத் தலைமை தாங்கி நடத்தியுள்ளனர். இவர்களில் ஐந்து மன்னர்கள் கவிஞர்களாக விளங்கியுள்ளனர்.

மூன்றாம் சங்கம்

இரண்டாம் தமிழ்ச் சங்கம் இருந்த கபாடபுரத்தைக் கடல்கொண்ட பிறகு இப்போதுள்ள மதுரையில் மூன்றாம் தமிழ்ச் சங்கம் தோன்றியுள்ளது.

சிறுமேதாவியார், சேந்தம்பூதனார், அறிவுடையரனார், பெருங்குன்றூர் கிழார், இளந்திருமாறன், மதுரை ஆசிரியர் நல்லந்துவனார், மதுரை மருதன் இளநாகனார், மதுரைக் கணக்காயர் மகனார் நக்கீரர் முதலாக நாற்பத்தொன்பது புலவர்கள் மூன்றாம் சங்கத்தில் இருந்துள்ளனர். இச்சங்கத்தில் இவர்களுடன் நானூற்று நாற்பதொன்பது பேர் கவிதை இயற்றியுள்ளனர்.

அகநானூறு, புறநானூறு, குறுந்தொகை, நற்றிணை, ஐங்குறுநூறு, பதிற்றுப்பத்து, பரிபாடல், கலித்தொகை, கூத்து, வரி, சிற்றிசை, பேரிசை முதலான நூல்கள் இச்சங்கத்தில் இயற்றப்பட்டுள்ளன. அகத்தியமும் தொல்காப்பியமும் மூன்றாம் தமிழ்ச் சங்கத்தின் இலக்கண நூல்களாக இருந்துள்ளன. மூன்றாம் தமிழ்ச் சங்கம் ஆயிரத்து எண்ணூற்று ஐம்பது ஆண்டுகள் இருந்துள்ளது என்றும், ஆயிரத்துத் தொள்ளாயிரம் ஆண்டுகள் இருந்துள்ளது என்றும் இரண்டு வேறுபட்ட கருத்துகள் உள்ளன.

முடத்திருமாறன் முதலாக உக்கிரப் பெருவழுதி ஈறாக நாற்பத்தொன்பது பாண்டிய மன்னர்கள் இச்சங்கத்திற்குத் தலைமை தாங்கியுள்ளனர். இவர்களில் மூவர் கவிஞர்களாக விளங்கியுள்ளனர்.

மகேந்திர மலை

தற்போது உள்ள மேற்குத்தொடர்ச்சி மலையின் நீட்சியாகக் குமரிக்கடல் பகுதியில் பெரிய மலைகள் இருப்பதைக் காணமுடியும். இந்த மலைகளில் ஒன்றாக மகேந்திர மலை என்னும் பெரிய மலைப்பகுதி, குமரிக்கண்டத்தில் இருந்துள்ளது. இந்த மலையை ஒட்டிய பகுதி மகேந்திரபுரம் என்று அழைக்கப்பட்டுள்ளது.

மகேந்திர மலையிலிருந்துதான் அனுமன் இலங்கையைப் பார்த்தான் என்று இராமாயணம் தெரிவிக்கிறது. சிவனும் முருகனும் மகேந்திர மலையைச் சேர்ந்தவர்கள் என்றும் அறியமுடிகிறது.

மன்னு மாமலை மகேந்திர மதனில்
சொன்ன ஆகமம் தோற்றுவித் தருளியும். [9–10]

என்னும் திருவாசகத்தின் கீர்த்தி திருஅகவலின் அடிகளால் சிவபெருமான் மகேந்திர மலையில் வீற்றிருந்து ஆகமம் அருளியதை மாணிக்கவாசகர் தெரிவித்துள்ளார்.

மந்திர மாமலை மகேந்திர வெற்பன்
அந்தமில் பெருமை அருளுடை அண்ணல். [100–101]

என்னும் கீர்த்தி திருஅகவல் அடிகளில் மகேந்திர மலைக்கு உரியவன் சிவன் என்று மாணிக்கவாசகர் பாடியுள்ளார்.

சிவபெருமான் தென்பாண்டி நாட்டைச் சேர்ந்தவன் என்று சிவபுராணத்தில் மாணிக்கவாசகர் பாடியுள்ளார்.

தில்லையுள் கூத்தனே தென்பாண்டி நாட்டானே
அல்லல் பிறவி அறுப்பானே. [90–91]

என்னும் அடிகள் இதனை உணர்த்துகின்றன. இந்தத் தென்பாண்டி நாடு என்பது இப்போது இருக்கும் மதுரை சார்ந்த பகுதியைக் குறிக்காமல் குமரிக்கண்டத்தில் இருந்த பாண்டிய நாட்டினைக் குறிக்கிறது.

கந்தபுராணம்

கந்தபுராணத்தில் மகேந்திரம் என்னும் பெயரில் இரண்டு படலங்கள் அமைந்துள்ளன. மேலும், மகேந்திர மலை சூழ்ந்த பகுதியை வீரமகேந்திர பட்டணம் என்றே கந்தபுராணம் தெரிவிக்கிறது. மெகஸ்தனீஸ் என்னும் கிரேக்கத் தூதர் தமது குறிப்பில் இலங்கையையும் இந்தியாவையும் ஓர் ஆறுதான் பிரித்துள்ளது என்று குறிப்பிட்டுள்ளார்.

மேரு மலை

குமரிக்கண்டத்து மலைகளுள் ஒன்று மேரு மலை. இந்த மலை பல இலக்கியங்களில் குறிப்பிடப்பட்டுள்ளது. இராமாயணத்தில் பல இடங்களில் மேரு மலை இடம்பெற்றுள்ளது. தற்போது இந்த மேரு மலை இந்தியாவில் எங்கும் இல்லை. இதனை ஒரு கற்பனை மலை என்றும் இமயமலைத் தொடரில் உள்ள ஒரு மலை என்றும் கூறுகின்றனர். ஆனால், மேரு மலையானது குமரிக்கண்டத்தில் இருந்த மலைகளில் ஒன்று எனக் கருத இடம் உள்ளது.

மந்தர மலை

தேவர்களும் அசுரர்களும் பாற்கடலை அமிர்தம் எடுப்பதற்காகக் கடைந்தனர். அவ்வாறு கடைவதற்கு அவர்கள் மத்தாக மந்தர மலையைப் பயன்படுத்தியதாக அறிகிறோம். இந்த மந்தர மலையும் தற்காலத்தில் இல்லை. அதுவும் குமரிக்கண்ட மலையாக இருக்க வாய்ப்பு உள்ளது.

இவை போன்றே பாற்கடல் என்பதும், எங்கே உள்ள கடல் என அறியமுடியாத நிலை உள்ளது. இவ்வாறு நாம் தொன்மம் (புராணம்) சார்ந்து தெரிவிக்கும் செய்திகள் பலவும் குமரிக்கண்டத்துடன் தொடர்புடையவை எனக் கருதமுடிகிறது. மேலும் பரிதிமாற்கலைஞர் படைத்துள்ள 'தமிழ்மொழி வரலாறு' என்னும் நூலிலும் குமரிக்கண்டம் பற்றிய செய்தியை அறியமுடியும். கண்ணதாசன் படைத்த 'கடல்கொண்ட தென்னாடு' என்னும் நாவலில் குமரிக்கண்டத் தமிழர் வாழ்க்கையைக் கற்பனையுடன் படைத்துள்ளார்.

ஆய்வாளர் ஒரிசா பாலு அவர்கள் மேற்கொண்ட கடல் ஆய்வுகளின் பயனாகக் குமரிக்கண்ட உண்மைகள் பலவற்றை உணர்த்தியுள்ளார்.

மேற்காணும் கருத்துகளை எண்ணிப் பார்த்தால் உலகத்தின் பழமையான கண்டமான குமரிக்கண்டம் தொடர்பான ஆய்வுகள் தொடர்ந்து மேற்கொள்ளப்பட வேண்டும் என்பதும் குமரிக்கடலில் தொடர்ந்து ஆய்வு மேற்கொள்வதற்கு ஏற்பாடுகளைச் செய்யவேண்டும் என்பதும் நமக்குத் தெளிவாகப் புரியும்.

குமரிக்கண்டம் தொடர்பான ஆய்வுகள் மேற்கொள்ளப்பெற்றால் தமிழரின் பழமையும் பெருமையும் வெளிப்படுவதுடன் உலகமொழிகளுக்கு எல்லாம் தமிழ்மொழிதான் தாய்மொழி என்னும் உண்மையும் வெளிப்படும்.

இந்தக் குமரிக்கண்டத்தின் காலத்தில் குறிப்பிடப்பட்டுள்ள பாண்டிய மன்னனுக்கு முன்னால் வாழ்ந்தோரில் சிறப்பிடம் பெற்றவன் இரணியன். குமரிக்கண்ட வரலாறே தொன்மநிலையில் இருக்கும்போது, இரணியனின் வரலாறும், அவனுக்குப் பின்னர் பலநூறு ஆண்டுக்குப் பின்னர் புகழ்பெற்று விளங்கிய சூரனின் வரலாறும், அவனுக்குப் பின்னர் பல நூறு ஆண்டுக்குப் பின்னர் புகழ்பெற்று விளங்கிய இராவணனின் வரலாறும் தொன்மச் செய்தியாகவே நமக்குத் தெரியவருகிறது.

தொன்மம் என்பது பழமையான வரலாறு. இந்தப் பழமையான வரலாற்றுக்கு இலக்கியங்கள் தரும் குறிப்புகள் மட்டுமே சான்றளிக்கின்றன. காலம் முதலான வரையறை எதுவும் விளக்கமாய்த் தெரிவதில்லை. மேலும், இந்தப் பழைய வரலாற்றில் பல புனைவுகளைத் திணித்துவிட்ட காரணத்தினால் இந்த வரலாறுகளில் எது உண்மையானது, எது பொய்யானது எனப் பிரித்தறிய இயலாத நிலை உள்ளது. மேலும், இத்தொன்ம வரலாற்றுடன் கடவுள் நம்பிக்கை ஏற்றப்பட்டுள்ளதால் இப்புனைவுகளை மறுத்துரைக்கவும் பலர் துணிவதில்லை. யாரேனும் துணிந்து இத்தொன்மங்களில் உள்ள புனைவுகளை நீக்கி அறிவுக்கு உட்படுத்தித் தெளிவுபடுத்தினால் அவர்களை எந்த வகையில் எல்லாம் ஒடுக்கமுடியுமோ அந்த வகைகளில் எல்லாம் ஒடுக்கும் முயற்சிகள் நடைபெறுகின்றன. எனவே, பலர் இப்படிப்பட்ட தொன்மையான தகவல்களில் நாட்டம் கொள்ளாமல் விலகிவிடுகின்றனர்.

2004ஆம் ஆண்டில் சுனாமி ஏற்பட்ட பிறகுதான் கடல்கோள் என்னும் தகவல்களை மக்கள் நம்பத் தொடங்கியிருக்கிறார்கள். கடல்கோள் பற்றிய செய்திகள் ஏற்றுக்கொள்ளப்பட்டால் குமரிக்கண்டம், இரணியன், சூரன் முதலான தகவல்களும் மெய்ப்பிக்கப்படுவதற்கு வாய்ப்பிருக்கிறுது.

இரணியனின் வரலாற்றுடன் இணைத்துப் பேசப்பட்ட திருமாலின் வரலாறானது தெய்வீக வரலாறாக மக்களால் ஏற்றுக்கொள்ளப்பட்டுவிட்டது. ஆனால் இரணியன், தெய்வீகத்தை எதிர்த்தவனாக விளங்கிய காரணத்தால் அவனது அறிவுநிலையை ஏற்றுக்கொள்வோர் எண்ணிக்கையில் குறைவானவர்களாகவே இருக்கின்றனர். எந்தச் சூழ்நிலையிலும் இரணியனின் வரலாற்றை மக்கள் மறந்துவிடக் கூடாது என்று கம்பன், தான் படைத்த இராமாயணத்தில் சேர்த்ததைப்போல் இந்த வரலாறு எல்லோரையும் சென்றுசேர வேண்டும் என்னும் எண்ணத்தில்தான் இந்த நூல் படைக்கப்பட்டுள்ளது.